கி.மு – கி.பி

மதன்

கிழக்கு

கி. மு - கி. பி
Ki.Mu - Ki.Pi

Madan ©

First Edition : September 2006
Second Edition : March 2009
192 Pages
Printed in India.

ISBN: 978-81-8368-118-6
Title No. Kizhakku 119

Kizhakku Pathippagam
177/103, First Floor,
Ambal's Building, Lloyds Road,
Royapettah, Chennai 600 014.
Ph: +91-44-4200-9603

Email : support@nhm.in
Website : www.nhm.in

Images Copyright: Wikimedia Commons,
Shutterstock

Kizhakku Pathippagam is an imprint of New Horizon Media Private Limited

ரிவர்ஸ் கியர்

சங்க காலத்துக்கு முன்னால்...

சரித்திர காலத்துக்கும் முன்னால்...

மனித நாகரிகம் தோன்றிய காலம் முதல்

மனிதனே தோன்றிய காலம் வரை...

பின்னால் நடந்து சுற்றிப் பார்க்கத் தயாராகுங்கள்!

இது ஹைடெக் மொழியில் ஓர் அகழ்வாராய்ச்சி சுற்றுலா!

தோரண வாயில்

பள்ளியிலும் கல்லூரியிலும் சத்தியமாக 'வரலாறு' எனக்குப் பிடித்த பாடம் அல்ல! பிற்பாடு, ஏராளமான ஆர்வத்துடன் வரலாற்றுப் புத்தகங்களைப் படிக்க ஆரம்பித்தபோது, என் கல்லூரிப் படிப்பு முடிந்து விகடனில் கார்ட்டூனிஸ்ட்டாகப் பணிபுரிந்து கொண்டிருந்தேன்!

நுணுக்கமாக அலச ஆரம்பித்தால் 'உலக வரலாறு' என்பது மிக மிக விஸ்தாரமானது (ஒரு நெப்போலியனைப் பற்றி மட்டுமே பல்லாயிரக்கணக்கான புத்தகங்கள் உண்டு!). ஆகவே, ஜூனியர் விகடனிலும், பிற்பாடு குமுதத்திலும் 'வரலாற்றுத் தொடர்களை' நான் எழுதத் தொடங்கியபோது எதைப் பற்றிக் குறிப்பாக எழுதுவது என்று ஒவ்வொரு சமயமும் நான் ரொம்பக் குழம்பியதுண்டு! பத்திரிகை ஆசிரியர் அறிவிப்பு செய்யும்வரை 'கம்'மென்று இருப்பதும், பிறகு வாரிச் சுருட்டிக் கொண்டு புத்தகங்கள் சூழ பிளாட்பாரக் கடைக்காரர் மாதிரி உட்காருவதும் என் குணநலன்களில் ஒன்று!

நான் வரலாற்றுப் பேராசிரியரும் அல்ல. என்னுடைய படிப்பு ஆழமானதும் அல்ல. 'கன்னாபின்னா'வென்று கிடைத்த புத்தகங் களையெல்லாம் படிக்கிறவன் நான்!

'கி.மு.-கி.பி.' குமுதத்தில் வெளியாகி ஏராளமான பாராட்டு களைப் பெற்ற ஒரு தொடர். அதற்கான வாய்ப்பைக் கொடுத்த 'குமுதம்' நிர்வாகத்தினருக்கும், அப்போதைய ஆசிரியர் ராவ் அவர்களுக்கும் என் நன்றி.

'கி.மு.-கி.பி.' ஒருவிதத்தில் வசதியான தலைப்பாக எனக்கு அமைந்துவிட்டது! ஏனெனில், உலக வரலாறு முழுவதுமே 'கி.மு.-கி.பி.' இந்த இரண்டுக்குள் அடங்கிவிடும்! மூன்றாவதே கிடையாது! நானும் எதைப் பற்றியும் எழுதலாம், தெரியாத விஷயத்தை 'அவுட் ஆஃப் சிலபஸ்' என்று கண்டுகொள்ளா மலும் விட்டுவிடலாம்! ஒருவழியாக நான் எழுத ஆரம்பித்த வுடன் 'வரலாறு' என்னை ஒரு மிரட்டலான கட்டுப்பாட்டுடன் கொண்டு சென்றது எனக்கு ஆச்சரியமே!

சரித்திரம் என்றால் என்ன? கூட்டாக மனிதர்களின் அனு பவங்கள்தான் சரித்திரம். தனிமனித அனுபவங்கள்கூட சரித்திரம்தான். சில தனிமனிதர்களின் வரலாறு, அவர்களின் நாட்டின் வரலாற்றுடன் பின்னிப் பிணைந்து தேசத்தின் போக்கையே மாற்றி அமைத்ததும் உண்டு.

சரி, 'முன்னுரை' என்ற 'எல்லைக்கோட்டை'த் தாண்டுவோம். அரசியல்வாதிகள் போல அல்லாமல், அர்த்தமுள்ள ஒரு சூறாவளிப் பயணம் மேற்கொள்வோம்! இதோ, என்னோடு கால இயந்திரத்தில் ஏறி அமர்ந்து 'சீட் பெல்ட்'டை அணிந்து கொள்ளுங்கள். இந்தப் பயணம் மிகவும் சுவையானதாக அமையும் என்று மட்டும் உங்களுக்கு உறுதி கூறுகிறேன்!

- மதன்

உள்ளே...

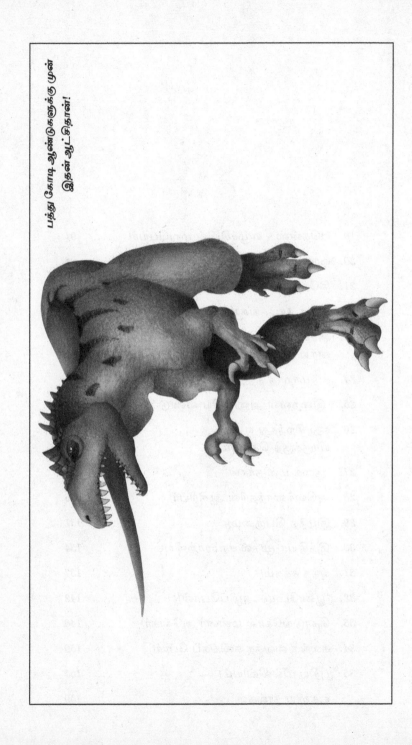

பத்து கோடி ஆண்டுகளுக்கு முன்
இதன் ஆட்சிதான்!

மனிதன்

1

அகண்டவெளியின் வரலாற்றில் சுமார் 500 கோடி ஆண்டுகளுக்கு முன்பு வரை சூரிய மண்டலமோ, பூமி என்கிற தக்குனூண்டு கிரகமோ கிடையாது. சுமார் 450 கோடி ஆண்டுகளுக்கு முன்புதான் அகண்டவெளியில் சிதறிய வண்ணம் இருந்த தூசியும், துகள்களும், கொதித்துக்கொண்டிருந்த குடிக் கற்களும் இணைந்து ஒரு நெருப்புக் கோளமாக உருண்டு திரண்டது. பிறகு அதன் மேற்பரப்பு பல லட்சம் ஆண்டுகளை எடுத்துக்கொண்டு மெல்ல மெல்ல குளிர்ந்துகொண்டே வந்து ஒரு திடமான உருண்டையாக உருப்பெற்றது. அந்த உருண்டை சூரிய மண்டலத்தின் தலைவனான சூரியனைச் சுற்றி வலம் வரவும் ஆரம்பித்தது. 'பூமி' என்று நாம் இப்போது அழைக்கிற அந்தப் பெயரில்லாத உருண்டையின் எந்த இண்டு இடுக்கிலும் புல், செடி, கொடியோ, கடுகளவு உயிரினமோ கிடையாது. அப்போது பூமி ஒரு வெறும் - 7927 மைல் விட்டமுள்ள - மிதக்கும் பாறை!

சுமார் நூறு கோடி ஆண்டுகளுக்குப் பிறகே பூமியில் கடல்கள் உருவாகின. அநேகமாக 350 கோடி ஆண்டுகளுக்கு

முன்பு எப்படியோ ஒரு விசித்திரம் நிகழ்ந்ததில் கடலுக்குள் பாக்டீரியா என்கிற நுண்ணுயிர்கள் தோன்றின. நியாயமாக இந்த பாக்டீரியாதான் நம் முதன்மையான எள்ளுத் தாத்தா!

கூடவே, செடிகள் வளர ஆரம்பித்தன. செடிகள் கார்பன் டை ஆக்ஸைடு வாயுவை உணவாக்கிக்கொண்டு ஆக்ஸிஜன் வாயுவை வெளிப்படுத்தின. இன்றைக்கும் உலகில் உயிரினங்கள் தோன்ற வழி வகுத்த 'தாய்' செடி, கொடிகளே! ஆக்ஸிஜன் இல்லையேல் மனிதன் இல்லை! ஏன்? எந்த உயிரினங்களும் இல்லை!

சாமான்யர்களுக்கும் பரிச்சயமான மீன் வகைகள்தான் முதலில் தேன்றிய உருப்படியான உயிரினங்கள். (சுமார் நாற்பது கோடி ஆண்டுகளுக்கு முன்!)

பிறகு பாம்புகள், பல்லிகள் போன்ற 'ஊர்வன' தோன்றி படிப்படியாக வளர்ந்து டைனோசர்களாக விசுவரூபமெடுத்தன!

இருபத்தைந்து கோடி வருஷங்களுக்கு முன் தொடங்கி ஆறு கோடி ஆண்டுகள் வரை பூமியில் நடைபெற்றது, டைனோசர்கள் அடங்கிய 'ஊர்வன யுகம்'தான்! டைனோசர்கள் நிமிர்ந்தால் அண்ணாசாலை எல்.ஐ.சி. கட்டடம் உயரத்துக்கு இருந்தாலும் அவை போட்டது முட்டைகளே!

பத்து கோடி ஆண்டுகளுக்கு உலகில் டைனோசர் ஆட்சிதான். கூடவே, குட்டி போட்டுப் பால் கொடுக்கும் எலிக்குஞ்சு சைஸ் பிராணிகள் தோன்றின. டைனோசரின் விரல் நகம் அளவு கூட இவை இல்லை என்றாலும் நேரடியாகக் குட்டி போடுவ தென்பது ஆச்சரியமான பரிணாம வளர்ச்சி!

Mammals என்கிற பாலூட்டிகளின் இந்த ஆட்சி சுமார் ஆறரை கோடி ஆண்டுகளுக்கு முன்புதான் தோன்றியது. இன்றுவரை தொடர்கிறது. இதில் ஓர் உயிரினம் தான் - மனிதன்!

மொத்தமாக பூமியின் காலத்தை நூறு சதவிகிதம் என்று எடுத்துக்கொண்டால் அதில் பாலூட்டிகளின் ஆட்சியின் பங்கு நாலு சதவிகிதம்தான். இதில், குறிப்பாக மனிதன் என்கிற 'ஸ்பெஷல்' உயிரினத்தின் வரலாறு 0.1 சதவிகிதம் மட்டுமே! என்ன ஆர்ப்பாட்டம் பண்ணுகிறோம்!

பாலூட்டிகளின் பரிணாம வளர்ச்சியின்போது பல்வேறு வகையான குரங்குகளைப் போல பலவிதமான 'மனிதர்கள்' தோன்றினார்கள். அதில் Modern man எனப்படுகிற நாம் தோன்றியது சுமார் நாலு லட்சம் ஆண்டுகளுக்கு முன்புதான்! தற்போது நம்மோடு வளைய வந்து பல பெண்களை அலற வைக்கும் கரப்பான்பூச்சிகூட 25 கோடி வருஷங்களாக பூமியில் வசித்து வருகிறது! கரப்பான்பூச்சி நம்மைப் பார்த்து 'நேற்று வந்த பய!' என்று தாராளமாக, வரலாற்றுச் சான்றோடு சொல்லலாம்!

'ஹோமோஸேபியன்' என்று அழைக்கப்படுகிற நாம் முதலில் தோன்றியது ஆப்பிரிக்காவின் நடுப்பகுதியில்தான்! ஆப்பிரிக்கக் கண்டத்தைப் பாருங்கள். மொத்த மனித சமுதாயத்தின் இதயம் போல அது அமைந்திருப்பதைக் கவனிக்கும்போது வியப்பு ஏற்படுகிறது!

ஜாதி, மதம், நாடு, மொழி எதுவுமே இல்லாமல் நிர்வாணமாக சடை முடியோடு, உறுமிக்கொண்டே ஆப்பிரிக்க நாடுகளில் உலாவிய அந்த மனிதன்தான் பிற்காலத்தில் தோன்றிய சாக்ரடீஸ், புத்தர், அலெக்ஸாண்டர். நியூட்டன், பீத்தோவன், மைக்கேல் ஏஞ்சலோ, காந்தியடிகள், அக்பர், செங்கிஸ்கான், காலிகூலா, ஹிட்லர், இடி அமீன்... நீங்கள், நான் - எல்லோ ருக்கும் முதன்மையான முன்னோர்! அதுமட்டுமல்ல, அந்த முதல் மனிதன் ஆண் அல்ல. பெண்!

உலகம் அழகா இருக்கே!

அந்தப் பெண்

முதல் 'ஆதிமனிதன்' ஒரு பெண் என்பது விஞ்ஞானபூர்வமான உண்மை. சுருக்கமாகச் சென்னால் முதல் மனிதன் 'ஆதாம்' அல்ல 'ஏவாள்'தான்! அதுவும் அவள் ஐரோப்பிய வெள்ளைக்கார ஏவாளும் இல்லை. ஆப்பிரிக்கக் கறுப்பு ஏவாள்!

சுமார் மூன்று லட்சம் ஆண்டுகளுக்கு முன்பு அந்தப் பெண் ஆப்பிரிக்காவின் தென் பகுதியில் ஒரு மலைச்சரிவில் நடந்து சென்றாள். மலைக்கு அடி வாரத்தில் கடல்! கடற்கரையை நோக்கி அவள் நடந்து சென்றிருக்க வேண்டும். கடலோரமாகச் செத்துக் கிடந்த ஏதோ பிராணி அவள் பார்வை யில் பட்டிருக்கவேண்டும். அதைச் சாப்பிடுவதற்காக அவள் மலைச்சரி வில் இருந்து இறங்கியிருக்கலாம். அல்லது வெறுமனோ அங்கே சிறிது நேரம் அமர்ந்து இளைப்பாறி கடலை வெறித்துப் பார்த்துக் கொண்டிருந் திருக்கலாம். அவள் மனதில் என்ன ஓடியதோ, யாருக்குத் தெரியும்?!

ஒரு நல்ல விஷயம். நடந்து சென்ற அவள் தன் காலடிச்சுவடுகளை விட்டுப் போயிருக்கிறாள்! சில ஆண்டுகளுக்கு

2

முன்புதான் தொல்பொருள் ஆராய்ச்சியாளர்கள் அந்தக் காலடிச் சுவடுகளைக் கண்டுபிடித்தார்கள். ஆராய்ச்சிகள் நடத்தியதில் அந்தச் சுவடுகள் சுமார் மூன்று லட்சம் ஆண்டுகளுக்கு முந்தையது என்று தெரிய வந்து விஞ்ஞான உலகம் பிரமிப்பில் ஆழ்ந்தது! சும்மா இல்லை, சந்திரனில் நீல் ஆர்ம்ஸ்ட்ராங் பதித்த முதல் காலடிக்கு இணையானது அல்லவா அது!

நம்மைப் போலவே கைகளை வீசி சாவதானமாக நடந்த அந்த முதல் பெண்ணிடம் ஒரு விசேஷ ஜீன் இருந்தது என்றும் விஞ்ஞானிகள் கண்டுபிடித்தார்கள். மீட்டோ காண்ட்ரியல் டி.என்.ஏ. என்கிற ஜீன் அது. உலகில் உள்ள அத்தனை மனிதர் களும் உருவாக அடிப்படைக் காரணமான ஆதார சக்தி அந்த ஜீன்தான் என்று விஞ்ஞானிகள் பிறபாடு அறிவித்தார்கள்! ஆகவே, விஞ்ஞான அடிப்படையில் பார்த்தாலும் முதலில் சக்தி யில்லையேல் சிவம் இல்லை.

(ஆண் உதவி இல்லாமல் தாங்களாகவே வம்சவிருத்தி செய்து கொள்ளக்கூடிய பெண் உயிரினங்கள் உண்டு! அஃபிட்ஸ் என்கிற 'ஈ' வகை ஓர் உதாரணம். இந்த வகை உயிரினங்களில் பெண் தானாக உள்ளுக்குள் கருத்தரித்து, ஒரு மகளைப் பெற்றெடுக்கும். வம்ச வம்சமாக தாய், மகள், தாய், மகள் தான்! ஆணே கிடை யாது! ஆனால் அத்தனையும் ஒரே மாதிரி 'க்ளோன்'கள் என்பதால் இதில் பரிணாம வளர்ச்சி என்பதே இல்லாமல் போய்விடுகிறது. இறைவன் சில உயிரினங்களை மட்டும் ஒரு சோதனை முயற்சி யாக இப்படிப் படைத்திருக்க வேண்டும்! மனித இனத்திலும் பெண் இந்த வகையில் ஆண் உதவியில்லாமல் கருத்தரித்து பெண்களாகப் பெற்றிருந்தால்...?!)

கி.மு. என்று ரொம்ப ரொம்ப பின்னோக்கிப் போனால் மனித னுக்கும், குரங்குகளுக்கும் ஒரே முன்னோர்தான் (Commom ancestor) என்பது தெரிய வருகிறது. அந்த முன்னோரிடமிருந்து இரு கிளைகள் பிரிகின்றன. ஒன்று, குரங்கு வகைகள், இன்னொன்று மனித வகைகள்!

குரங்குகளில் பரிணாம வளர்ச்சி அடைந்த ஒரு பிரிவு Apes என்று அழைக்கப்படும் குரங்குகள். இவை நாலு வகை! கிப்பன் குரங்கு(சாகிற வரை ஏகபத்தினி விரதன்!) ஒராங் உடான் குரங்கு (தனிமையாக வாழ்ந்து அவ்வப்போது பெண்ணைத் தேடும் சாமியார் டைப்!), கொரில்லா (அரசர்கள், அரசியல்வாதிகள்

மாதிரி அந்தப்புரம் வைத்துக்கொள்கிறவர்!) மற்றும் சிம்பன்ஸி(காஸனோவா வகை - அதாவது பலபட்டறை!)

குரங்குகளைப் போலவே மனித இனத்திலும் பலவிதமான மனித வகையினர் உலகில் நடமாடினார்கள். மற்ற மனித இனங்கள் அழிந்து (அது தனி வரலாறு!) மிச்சமிருந்தது, இரண்டு வகையினர் தான். ஒன்று - நாம். மற்றொன்று- நியாண்டர்தால் மனிதன்!

ஒரு லட்சம் ஆண்டுகளுக்கு முன்பு (இப்போது கொரில்லாவும், சிம்பன்ஸியும் காட்டில் வசிப்பது போல!) மனிதனும், நியாண் டர்தால் மனிதனும் சமத்துவமாக பூமியில் வலம் வந்தார்கள். நியாண்டர்தால் குடும்பத்தினர் தனியாக வாழ்ந்தார்கள். அவர் களுக்கு தீமூட்டத் தெரிந்திருந்தது. வேட்டையாடி இறைச்சியை சுடவைத்துத் தின்றார்கள். கொல்லப்பட்ட விலங்குகளின் தோல் களை உரித்தெடுத்து உடம்பில் சுற்றிக்கொண்டார்கள். இறந்தவர் களுக்கு பள்ளம் தோண்டி மிகுந்த மரியாதையுடன் புதைத்துக் கலங்கினார்கள். கூடவே அந்த உடல் மீது பூக்களைத் தூவினார்கள்.

'க்ரோமேக்னன்' என்று அழைக்கப்பட்ட இன்னொரு இனம்தான் நாம்! இந்த வகை மனிதர்கள் பல்கிப் பெருகியவுடன் நியாண்டர் தால் மனித இனம் சுமார் 30,000 ஆண்டுகளுக்கு முன்பு அழிந்து போனது. இதற்கான உண்மைக் காரணங்கள் தெரியவில்லை. இரு மனித இனங்களுக்கும் இடையே கலவிகள் நிகழ்ந்திருக்கக் கூடும் என்கிறார்கள் ஆராய்ச்சியாளர்கள். ஆனால் மனித உடலில் நியாண்டர்தால் ஜீன் இல்லை. உடற்கூறுப்படி (Anatomically) க்ரோமேக்னன் மனிதன்தான் 'ஹோமோஸேபியன்' என்று அழைக்கப்படும் இன்றைய மனிதன்! ('ஹோமோ' என்றால் 'மனித', 'ஸேபியன்ஸ்' என்றால் 'புத்திசாலித்தனமான'! நாமே வைத்துக்கொண்ட பெயர்தான்!) நம்மைவிட புத்திசாலித்தனம் குறைந்த நியாண்டர்தால் மனிதர்களை ஒட்டுமொத்தமாக வேட்டையாடி அழித்தது நாம்தான் என்கிறார்கள் சில ஆராய்ச்சி யாளர்கள். க்ரோமேக்னன் என்கிற மனித இனம் தனியாகப் பிரிந்து உருவாக வழிவகுத்த ஆப்பிரிக்க ஏவாள்தான், அந்த மலைச்சரிவில் நடந்து போனவள்!

இன்று க்ரோமேக்னன் என்கிற அந்த ஆதிமனிதன் பேண்ட், ஷர்ட் அணிந்து கொண்டு சாதாரணமாக அண்ணாசாலையில் நடந்து போனால் உங்களுக்கு ஒரு வித்தியாசமும் தெரியாது. அவனிடம் மயிலாப்பூருக்குப் போக விலாசம்கூட கேட்பீர்கள்!

சக்தி இல்லையேல்
சிவம் இல்லை!

நடை பயணம்

இருபது லட்சம் ஆண்டுகளுக்கு முன்பு, ஆப்பிரிக்கக் காடுகளில் வாழ்ந்த மனித இனம் பல்லாயிரக்கணக்கான காட்டு மிருகங்களுக்கு நடுவே பதுங்கிப் பதுங்கி மிகுந்த எச்சரிக்கையுடன் வாழ வேண்டியிருந்தது.

எந்த நொடியிலும் மரணம் நிகழலாம் என்பதால் மனிதன் மிக மிகக் கவன மாக இருக்கவேண்டி வந்தது. அவ னுடைய செவிப்புலனும், கண் பார்வையும், நுகரும் சக்தியும் இன் றைய மனிதனைவிட பல மடங்கு துல்லியமாக, கூர்மையாக இருந்தது.

எந்நேரமும் ஒரு சிங்கமோ, சிறுத் தையோ பாயக்கூடும், விஷப் பாம்பு கள் தீண்டக்கூடும் என்கிற அந்த ஆபத் தான நிலையிலும் அவன் காதலோடு பெண்களைப் புணர்ந்து குழந்தை களைப் பெற்றெடுத்தான்! உயிர்ப் போராட்டங்களுக்கு நடுவே, விபரீத மான அந்த சூழ்நிலையிலும் மனித இனம் மெல்ல மெல்லப் பெருகியது.

மனிதர்கள் கூட்டாக வசிக்க நிறைய இடம் தேவைப்பட்டது. புறநகர்(!) பகுதிகளுக்கெல்லாம் குடியேறியும்

3

இடம் போதவில்லை. காட்டின் முக்கால்வாசி பகுதிகளை விலங்குகளே ஆக்ரமித்திருத்தன. அவற்றின் எல்லைகளுக்குள் மனிதன் நுழையப் பார்த்ததால் அவை அவன் மீது சீறிப் பாய்ந்தன!

எத்தனை காலம்தான் ஆப்பிரிக்க மூலையில் குண்டுச் சட்டிக் குள்ளேயே குதிரை ஓட்டுவது?

மனிதர்கள் கும்பல் கும்பலாகக் கிளம்பினார்கள்!

இருபது லட்சம் ஆண்டுகளுக்கு முன்பு தொடங்கியது அந்த நீண்ட நெடிய பயணம்! இப்பயணத்தில் நியாண்டர்தால் மனித இனமும் பங்கேற்றிருக்கக்கூடும் (ஜெர்மனியில், டஸல்டர்ஃப் நகர் அருகே நியாண்டர் பள்ளத்தாக்கில்தான் முதலில் நியாண்டர்தால் மனித எலும்புகளும், மண்டையோடுகளும் கிடைத்தன. ஆகவே அந்தப் பெயர். 'தால்' என்றால் ஜெர்மன் மொழியில் பள்ளத் தாக்கு என்று பொருள்).

ஆப்பிரிக்காவை விட்டு வெறியேறிய மனித இனத்தினர் ஏதோ மாபெரும் அரசியல் பேரணிபோல ஊர்வலமாகப் போனதாக கற்பனை செய்துகொள்ள வேண்டாம்! இலக்கியக் கூட்டங் களுக்கு வரும் எண்ணிக்கை அளவுக்குத்தான் இருந்தார்கள்!

ஆனால் ஏராளமான குழுக்களாகப் பிரிந்து அவர்கள் வடக்கு நோக்கி கிளம்பினார்கள். ஒவ்வொரு இடத்திலும் புதிய பழங் கள், இலை தழைகளைச் சாப்பிட வேண்டியிருந்தது. சில வற்றைச் சாப்பிட்டு இறந்தவர்களும் உண்டு. அதைப் பார்த்து மற்றவர்கள் உணவு விஷயத்தில் மேலும் எச்சரிக்கையானார்கள்.

அப்போதே ஆரம்பித்ததுதான் இன்றளவும் நாம் எதைச் சாப்பிடலாம், எதைச் சாப்பிடக்கூடாது என்கிற எச்சரிக்கை உணர்வு!

இந்த ஆதிகாலப் பயணிகளில் சில பிரிவினர் வசதியான இடம் வந்ததும் அங்கேயே தங்கினார்கள். சிலர் தொடர்ந்து நடந்தார் கள். வழியில் மலைகள், பனிப்பிரதேசம், பாலைவனங்கள் குறுக்கிட்டன. புயல், மழை, கடும்வெயில் எதற்கும் அவர்கள் அசரவில்லை.

ஒரு பெரிய ஆச்சரியம்- அவன் உலகெங்கும் செல்வதற்குத் தடையாக கடல் வழிமறிக்கவில்லை!

மனித இனம் பயணிக்கப் போகிறது என்று முன்கூட்டியே தெரிந்ததாலோ என்னவோ இறைவன் ஓர் ஆச்சரியத்தை நிகழ்த்தியிருந்தான். அவர்கள் பயணத்துக்காக கண்டங்கள் பல இடங்களில் இணைந்திருந்தன.

உலகின் வடக்குப் பகுதியில் ஐஸ்யுகம் நிகழ்ந்துகொண்டிருந்ததால் மனிதனால் ஆப்பிரிக்காவிலிருந்து வடஅமெரிக்காவுக்கும், ஆசியாவுக்கும் நடந்தே போக முடிந்தது! நடப்பது, தங்குவது மீண்டும் நடப்பது என்று மனிதர்களின் பயணம் ஆப்பிரிக்காவில் தொடங்கி இந்தோனேஷியா மற்றும் ஆஸ்திரேலியாவில் முடிந்தது என்கிறார்கள் தொல்பொருள் ஆராய்ச்சியாளர்கள். இந்தப் பயணத்தை ஆரம்பித்து முடிக்க மட்டும் மனிதனுக்கு சுமார் ஒரு லட்சம் ஆண்டுகள் பிடித்தன! 60,000 ஆண்டுகளுக்கு முன்பு ஆசியாவை அடைந்த மனிதர்களில் ஒரு பிரிவு சீனா நோக்கிச் சென்றது. இன்னொரு பிரிவினர் இந்தியாவுக்குள் நுழைந்தார்கள்.

ஒரு நிமிஷம்...

சுமார் பதினைந்து கோடி ஆண்டுகளுக்கு முன்பு இருந்த உலகத்தை இப்போது பள்ளிக்கூடத்தில் ஒரு மாணவர் கரெக்டாக வரைந்து காட்டினால் பூகோள ஆசிரியர் சைபர் மார்க் போட்டுவிட்டு அதிர்ச்சியுடன் பையனின் அப்பாவை உடனே அழைத்துக் கொண்டு வரச் சொல்வார்!

அப்போது இருந்த உலகமே வேறு. அன்று ஆசியாவிலேயே இந்தியா கிடையாது. ஆப்பிரிக்கா, அரேபியா, இந்தியா, ஆஸ்திரேலியா, அண்டார்டிகா, தென் அமெரிக்கா- இவையெல்லாம் ஒரே கண்டமாக இணைந்திருந்த 'வேறொரு' உலகம் அது! இந்த கூட்டணிக் கண்டத்துக்கு தொல்பொருள் ஆராய்ச்சியாளர்கள் 'கோண்ட்வானா லேண்ட்' என்று பெயரிட்டிருக்கிறார்கள்.

ஜுராசிக் யுகத்தின் போது (15 கோடி ஆண்டுகளுக்கு முன்) ஒரே சப்பாத்தியை ஏதோ நாலைந்து குரங்குகள் பிடுங்கிய மாதிரி கோண்ட்வானா கண்டம் பீஸ்பீஸாகப் பிய்ந்தது. அப்படிப் பிரிந்ததில் ஆப்பிரிக்காவின் கிழக்குப் பகுதியில் ஒட்டிக் கொண்டிருந்த 'இந்தியா' என்கிற பகுதியும் ஒன்று!

கீழே 'கோண்ட்வானாலேண்ட்' - வடக்கே ஆசியா... இதற்கிடையே இருந்தது கடல்தான். அந்தக் கடலுக்கு டீதிஸ் என்று பெயர். மேற்கு ஆசியாவிலிருந்து சீனாவரை பரந்து விரிந்த மாபெரும் கடல் அது!(கிரேக்கப் புராணப்படி கடல் அரசன் ஓஷியானஸ் மனைவி டீதிஸ்!)

ஆப்பிரிக்காவில் இருந்து பிய்ந்த இந்தியா ஒரு கப்பலைப் போல டீதிஸ் கடலில் மெல்ல மிதந்து நகர்ந்து சுமார் ஐந்து கோடி ஆண்டுகளுக்கு முன் ஆசியாவோடு மோதியது. உண்மையில் ஆப்பிரிக்கா இந்தியாவின் தாய்வீடு. ஆசியா புகுந்த வீடுதான்!

ஆனால், இந்தியாவின் தட்சிண பீடபூமியும் விந்திய மலைகளுக்கு வடக்கே உள்ள ஆரவல்லி மலைத்தொடரும், கர்நாடக - ஆந்திர - தமிழகத்தின் பகுதிகளும் சுமார் முப்பது கோடி ஆண்டுகளுக்கு முன்பே இருந்தன என்று தொல் பொருள் ஆய்வாளர்கள் கண்டுபிடித்திருக்கிறார்கள்!

தட்சிண பீடபூமியில் உள்ள பாறைகளை சோதித்ததில் அவை 36 கோடி வருஷங்களுக்கு முந்தைய பாறைகள் என்று தெரிய வந்திருக்கிறது!

ஆகவே, தென்னிந்தியாவை வடஇந்தியாவின் அண்ணன் என்று கூடச் சொல்லலாம்.

இன்று இமயமலைத் தொடர் இருக்கும் இடத்தில் அன்று 'டீதிஸ்' கடல்தான் இருந்தது (இமயமலையின் பாறைகளில் 57கோடி ஆண்டுகளுக்கு முந்தைய சுறா மற்றும் பலவகை மீன்களின் எலும்புப் படிவங்கள் கண்டுபிடிக்கப்பட்டுள்ளன!)

இந்தியா, ஆசியாவுடன் மோதிய அந்த இடத்தில் இமயமலை கிளர்ந்தெழுந்து வளர ஆரம்பித்தது. ஒரு வித்தியாசம் - மனிதன் சுமார் இருபது ஆண்டுகளுக்குள் உயரமாக வளர்ந்து விடுகிறான். 'மிஸ்டர் இமயமலை' உயரமாக வளர சுமார் மூன்று கோடி ஆண்டுகள் பிடித்தன!

'வளர்ந்தது போதும்' என்று அது முடிவுகட்டியது சுமார் 50 லட்சம் ஆண்டுகளுக்கு முன்புதான்!

இந்தியாவின் உள்ளே புகுந்த மனித இனம் ஸ்ரீலங்கா போய்ச் சேரும் வரை பயணத்தை நிறுத்தவில்லை! தங்கித் தங்கிச்

சென்றதால் அதற்கு மட்டுமே தனியாக 20,000 ஆண்டுகள் பிடித்தன. இலங்கை இந்தியாவிலிருந்து முழுக்கப் பிய்த்துக் கொண்டு 'தனிக்குடித்தனம்' ஆரம்பித்தது பிறகுதான்!

எந்தவொரு வசதியும் இல்லாமல், கும்பல் கும்பலாக நடந்து சென்று உலகத்தின் அத்தனை பகுதிகளையும் தன் வசப்படுத்திய இந்த ஆதி மனிதர்களின் முன்பு எந்தக் கொலம்பஸும் தக்குனூண்டு மனிதனே!

ஆயுள் - 30 வயது!

இந்தியா என்றதும் 'இன்றைய பாரத நாடு' என்று வாசகர்கள் உணர்ச்சி வசப்பட வேண்டியதில்லை! நாடுகள், எல்லைகள், நதிகள் - இவை எதுவும் இல்லாத உலகம் அது என்பதை மறக்கக் கூடாது. மனித இனம் தோன்றவே இன்னும் சில கோடி வருடங்கள் இருக்கின்றன!

அப்படியென்றால் ஆப்பிரிக்காவில் இருந்து கிளம்பிய மனிதர்கள் வந்து சேர்வதற்குமுன் இந்தியா வெறும் வெட்டவெளியாக இருந்ததா? உயிரினங்கள் எதுவுமே கிடையாதா? ஐந்து கோடி ஆண்டுகளுக்கு முன்பு வரை உலகில் நிகழ்ந்து கொண்டிருந்தது ஜுராசிக் யுகம்! அதாவது, உலகின் மற்ற பகுதிகளைப் போலவே இந்தியாவிலும் டைனோசர்களின் ஆட்சி நடந்து கொண்டிருந்தது. குறிப்பாக, இன்றைய கர்நாடகப் பகுதிகளிலும், நர்மதா பள்ளத்தாக்கு அருகிலும் ஆறு கோடி ஆண்டுகளுக்கு முந்தைய டைனோசர்களின் எலும்புப் படிவங்கள் கண்டு பிடிக்கப்பட்டிருக்கின்றன.

ஆனால், டைனோசர்கள் தங்களுடைய கடைசி நாட்களை எண்ணிக் கொண்

4

டிருந்த காலகட்டம் அது! (சில விஞ்ஞான சினிமாப் படங்களில் டைனோசர்களையும் ஆதிமனிதர்களையும் ஒன்றாகக் காட்டுவது செம ரீல்! டைனோசர்கள் அடியோடு அழிந்து சில கோடி ஆண்டுகளுக்குப் பிறகே உலகில் மனிதன் என்னும் 'ஹோமோ ஸேபியன்' தோன்றினான் என்பதுதான் உண்மை!) டைனோசர் களின் காலத்திலேயே பறவை இனங்களும், பாலூட்டிகளும் தோன்றிவிட்டன. பறவைகள் என்றால் இன்றைய காக்கை, குருவி அல்ல! வித்தியாசமான உருவத்தோடு இருந்த ராட்சதப் பறவைகள்! இந்தியாவிலும் அவை வானத்தில் சீறிப் பறந்தன.

சுமார் பதினைந்து லட்சம் ஆண்டுகளுக்கு முன் இந்தியாவில் மட்டும் பதினேழுவகையான விதவிதமான யானைகள் காடுகளில் திரிந்தன! (இப்போது தப்பித்துப் பிழைத்து இருப்பது இரண்டே வகைதான். ஒன்று இந்திய யானை. மற்றது ஆப்பிரிக்க யானை!) கூடவே கங்கை நதி உருவானபோது அதன்ஓரத்தில் பல்லாயிரக்கணக்கில் நீர் யானைகள் வசித்தன(இப்போது ஆப்பிரிக்காவில் பட்டுமே நீர் யானைகள் உண்டு!). எட்டாயிரம் ஆண்டுகளுக்கு முன்புகூட இந்தியாவில் ஏராளமாக வசித்த பிரபல பறவை - நெருப்புக்கோழி! இந்தியாவெங்கும் படர்ந் திருந்த காடுகளில் பல்லாயிரக்கணக்கில் சிங்கங்களும் வளைய வந்தன.

இப்போது பெய்யும் (சில சமயம் பெய்யாத!) பருவ மழை மட்டும் இந்தியாவில் இருபது லட்சம் ஆண்டுகளாக மாறாமல் பெய்து கொண்டிருக்கிறது!

சுமார் 60,000 ஆண்டுகளுக்கு முன் இந்தியாவுக்குள் பிரவேசித்த மனிதர்கள் வேறு வகை மனித இனங்களைச் சந்தித்திருப்பார்களா? நிச்சயமாகச் சொல்ல முடியவில்லை என்றாலும் ஐம்பதினாயிரம் ஆண்டுகளுக்கு முந்தைய நியாண்டர்தால் மனித எலும்புகள் ஆப்கனிஸ்தானிலும், பாகிஸ்தானிலும், மஹாராஷ்டிரத்திலும் கிடைத்திருக்கின்றன. நியாண்டர்தால் மனிதனும் அவனுக்கும் முந்தைய 'மனித' இனமான ஹோமோ எரெக்டஸ் என்னும் மனிதர்களும் உபயோகித்த கல் ஆயுதங்கள் இந்தியாவில் ஆங்காங்கே கண்டுபிடிக்கப்பட்டிருக்கின்றன. சில கல் ஆயுதங்கள் (இருபுறமும் தேய்த்து ஈட்டிமுனை போல கூர்மைப்படுத்தப்பட்ட கற்கள்!) கர்நாடகாவிலும், சென்னைக்கு அருகில் அத்தரம்பாக்கம் கிராமத்திலும் கண்டுபிடிக்கப்பட்டன.

மூன்று லட்சம் ஆண்டுகளுக்கு முன் உபயோகிக்கப்பட்ட கற்கால ஆயுதங்கள் அவை! (இந்த ஆயுதங்களுக்கு 'மெட்ராஸ் இண்டஸ்ட்ரி' என்று தொல்பொருள் ஆய்வாளர்கள் பெயரிட்டிருக்கிறார்கள்!)

அதாவது, இந்தியாவில் சுமார் இரண்டு லட்சம் ஆண்டுகளுக்கு முன்பு நியாண்டர்தால் மனித இனமும், ஏழு லட்சம் ஆண்டுகளுக்கு முன்பு வேறுவிதமான சில மனித இனங்களும் காடுகளில் வசித்ததற்கான தடயங்கள் உண்டு. அந்த 'மனிதர்களின்' கோணத்தில் பார்த்தால், அறுபதினாயிரம் ஆண்டுகளுக்கு முன் இன்றைய மனித இனத்தினர் வடமேற்கிலிருந்து இந்தியாவுக்குள் வந்ததும்கூட ஒருவிதத்தில் 'ஆசிரியர்களின் படையெடுப்பு' மாதிரிதான் (இதுபற்றி பலவிதமான மாற்றுக் கருத்துகள் உண்டு).

உலகின் எல்லாப் பகுதிகளிலும் நிகழ்ந்ததைப் போல, நவீன மனித இனம் இந்தியாவுக்குள் வந்ததைத் தொடர்ந்து மற்ற மனித இனங்கள் அத்தனையும் அழிந்து போயின. மற்றவர்களை அழிக்க வேண்டும் என்கிற கொலை வெறியும் ஆக்கிரமிப்பு மனப்பான்மையும் ஆதியிலேயே மனிதனிடம் தோன்றிவிட்டன! இத்தனைக்கும் கி.மு. 10,000-ல் மனிதர்கள் முப்பது வயதுதான் வாழ்ந்தார்கள் மிகச் சிலரே நாற்பது வயதைக் கடந்தனர்!

பழங்கால இந்தியா (கி.மு. 15,000-ல்) இன்னும் அகலமாக, பெரிதாக இருந்தது. இப்போது மும்பை, விசாகப்பட்டினம், கொல்கத்தா, சென்னை இருக்கும் இடங்கள் எதுவுமே அப்போது கடற்கரையில் அமைந்திருக்கவில்லை. உதாரணமாக சென்னையில் இன்றைய மெரீனாவிலிருந்து கடற்கரைக்குப் போக அப்போது ஐந்நூறு அல்லது எழுநூறு கி.மீ. கிழக்கு நோக்கிப் பயணிக்க வேண்டும்!

மனிதர்கள் நடந்தே உலகெங்கும் பயணிக்க வசதியாக தொடக்கத்தில் இறைவன் கண்டங்களை இணைத்திருந்தான் இல்லையா? கி.மு. 15,000-க்குப் பிறகு இன்னொரு ஆச்சரியத்தை இறைவன் நிகழ்த்தினார். பிற்பாடு எகிப்திலிருந்து சிந்துச் சமவெளி வரை 'நாகரிகங்கள்' தோன்றுவதற்கு அந்த ஆச்சரியம் தான் முக்கிய காரணமாக அமைந்தது!

நியாண்டர்தால் மனிதர்களின் வேட்டை

பொங்கியது கடல்!

தொடர்ந்து நாடோடியாகப் பய ணித்துக் கொண்டேயிருப்பவர்களைச் சுற்றி 'நாகரிகம்' மலர்வதில்லை. அதற்கு மனிதன் ஓரிடத்தில் 'தேங்க' வேண்டியிருக்கிறது!

ஆனால், மனிதன் பல்லாயிரக்கணக் கான ஆண்டுகள் நாடோடியாகத்தான் வாழ்க்கையை நடத்தினான்! அவன் விட்டுச் சென்ற பிரத்யேகமான 'வர லாற்றுச் சின்னங்கள்' அவனுடைய காலடித் தடங்களே! ஆகவேதான், முதல் மனிதனான ஒரு பெண்ணின் காலடிச் சுவடுகள் மிகப்பெரிய கண்டு பிடிப்பாக தொல்பொருள் ஆய்வாளர் களால் இன்று கருதப்படுகிறது!

உலகின் பல பகுதிகளில் மனிதன் பிரவேசித்து விட்டான் என்பதை உணர்ந்துகொண்ட இறைவனுக்கு ஒரு விஷயம் உறுத்தியிருக்க வேண்டும். ஆப்பிரிக்காவிலும் ஆசியாவிலும் மற்றும் ஆஸ்திரேலியாவின் வடபகுதி யிலும் மனிதர்களின் நடமாட்டம் திட்டவட்டமாக நிகழ்ந்துவிட்டதே தவிர, உலக வரைபடத்தின் மேற்பகுதி யும், கீழ்ப்பகுதியும் முழுமையாக

5

உறைந்து போயிருந்தது. உலகின் வயிற்றுப் பரப்பைத் தவிர, வடக்கிலும் தெற்கிலும் எங்கெங்கு காணினும் ஐஸ் மயம்தான்!

பிரிட்டன், வடஅமெரிக்கா, ஸ்வீடன், ஃப்ரான்ஸ், கீழே ஆஸ்திரேலியாவின் தென்பகுதி - இவையெல்லாமே அப்போது பரந்து விரிந்த வெறும் ஐஸ் பாலைவனங்களாக இருந்ததால், மனிதர்கள் அப்பகுதிகளை முற்றிலும் தவிர்த்தார்கள். இந்த நிலைமையை மாற்றியமைக்க இறைவன் 'உலக வரலாறு' என்ற சதுரங்கத்தில் ஒரே ஒரு காயை மட்டும் நகர்த்த வேண்டியிருந்தது அல்லது இயற்கை தன்னைச் சற்றே மாற்றியமைத்துக் கொண்டது என்றும் சொல்லலாம்!

17,000 ஆண்டுகளுக்கு முன்பு அந்த மாற்றம் - அந்த ஆச்சரியம் நிகழ்ந்தது. உலகின் 'டெம்பரேச்சர்' சற்றே சில டிகிரிகள் உயர்ந்தன.

உலகின் சரித்திரத்தையே மாற்றியமைத்த 'டிகிரிகள்' அவை! இயற்கை என்னும் 'ஜீனியஸ்'ஸின் டச் அது!

உலகத்தின் பருவநிலையில், லேசாக வெப்பம் அதிகரித்ததைத் தொடர்ந்து சங்கிலித் தொடர் போல நிகழ்ச்சிகள் நடந்தன...!

முதலில் உலகின் வட, தென் பகுதிகளைப் போர்வையாக மூடியிருந்த ஐஸ் மெள்ள உருக ஆரம்பித்தது. உருகிய தண்ணீர் ஓட ஆரம்பிக்க, ஆங்காங்கே இருந்த ஏரிகளும் நீர்த்திவலைகளும் நதிகளாக மாறின. ஏககாலத்தில் கோடானுகோடி டன்கள் ஐஸ் - நீராக உருகி, நதிகளாக ஓடி கடல்களில் கலக்க - கடலின் நீர் மட்டமும் உயர ஆரம்பித்தது.

வெப்பம் அதிகரித்ததின் காரணமாக நீராவியாக மாறி மேலே கிளம்பிய கடல் நீர் மழையாகக் கொட்ட ஏரிகளின் நீர்மட்டமும் உயர, நதிகள் நிறைய கிளைகளைவிட ஆரம்பித்தன. உதாரணமாக கி.மு. 10,000-ல் ஆப்பிரிக்காவின் மத்தியில் உள்ள விக்டோரியா ஏரியின் நீர்மட்டம் உயர்ந்து வழியத் தொடங்கியதில் பிரும்மாண்டமான நைல் நதி தோன்றியது. தென் அமெரிக்காவில் அமேஸான் நதி தனக்குத் தானே பாதை வகுத்துக்கொண்டது. இந்தியாவில் சிந்து மற்றும் கங்கை நதிகளும் சீனாவில் யாங்ஸே மற்றும் 'மஞ்சள் நதி' எனப்படும் ஹுவாங்ஹோ நதிகளும் சீறிப் பாய்ந்தன!

இவையும், இன்னும் பிற பிரும்மாண்டமான நதிகளும்தான் மனித நாகரிகங்களுக்கு அடித்தளமாக அமைந்து உலக வரலாற்றையே மாற்றி அமைத்தன!

ஆம்! ஒரு பெண் பருவமடைந்த பிறகு அவளிடம் பல மாற்றங் கள் நிகழ்வதுபோல பருவ நிலையில் ஏற்பட்ட மாறுதலும் 'உலக அழகி'யை அடியோடு மாற்றியமைத்து விட்டது!

கி.மு.12,000-ல் தொடங்கி கி.மு. 9,000 வரை பாதி உலகை மூடியிருந்த ஐஸ், தொடர்ந்து உருகிக்கொண்டிருந்ததாக ஆய் வாளர்கள் சொல்கிறார்கள். 'உலகப் பெண்' 3000 ஆண்டுகள் தொடர்ந்து உருகினால் கேட்க வேண்டுமா? உடனே கடலரசன் பொங்கினான்! அதனால் நதிகள் என்னும் கரங்கள் அழுத்தந் திருத்தமாக நிலப்பகுதியையும் கடலையும் இணைத்து அணைத்தன!

அந்த மூவாயிரம் ஆண்டுகளில் கடல் நீர் மெள்ள மெள்ள நானூறு அடிகள் உயர, அதற்குள் அத்தனை நதிகளும் 'உலக கான்வாஸ்' மீது ஓவியங்கள் வரைந்து முடித்துவிட்டன! பருவநிலையில் அந்த சில 'டிகிரி' மாற்றங்கள் மட்டும் நிகழாமலிருந்திருந்தால் உலக நாகரிகங்கள் எதுவுமே தோன்றியிருக்காது என்பது உண்மை!

ஆனால்... மனிதர்களுக்கு இந்த மாற்றங்கள் புரிபடவில்லை. காடுகளையும் பாலைவனங்களையும் பனிப்பிரதேசங்களையும் பார்த்துப் பார்த்துப் பழகிய அவர்களுக்கு வெள்ளம் என்பது புதிய அனுபவம்! இன்றிருக்கும் கடற்கரை நாளை இல்லாவிட்டால் எப்படியிருக்கும்?! ஒருபக்கம் பனிக்கட்டிகள் உருக மறுபுறம் கடல்மட்டம் உயர, மனிதர்கள் பயந்து போனார்கள்! (மனிதனின் ஆழ்மனத்தில் ஏற்பட்டுவிட்ட 'வெள்ள அனுபவம்'தான் பிற்பாடு எல்லா மதத்தினரின் புராணங்களிலும் 'பிரளயங்களாக' உருவெடுத்திருக்க வேண்டும்!).

மேற்கே, சைபீரியாவிலிருந்து அலாஸ்கா வழியே நடந்தே வட அமெரிக்காவுக்கு (கி.மு. 22,000-க்கு முன்பு!) மனிதர்கள் சென்று விட்டிருந்தார்கள் (கி.மு. 11,000-ல் அமெரிக்காவில் மனித சமுதாயம் பரவலாகத் தழைத்ததற்கான சான்றுகள் உண்டு). இந்த 'கடல்மட்ட உயர்வு' அமெரிக்காவிலும் ஒரு பெரிய மாறுதலைக் கொண்டு வந்தது!

அதாவது, ஆசியாவிலிருந்து அமெரிக்காவுக்கு நடந்து செல்ல வசதியாக இருந்த 'தரை வராண்டாக்கள்' - கடல் நீர் உயர்ந்ததன் காரணமாக - திடீரெனத் துண்டிக்கப்பட்டன. அமெரிக்கக் கண்டத்துக்கும், மிச்ச உலகத்துக்கும் இருந்து வந்த தரை வழித்தொடர்பு அத்தோடு போனது! அதிலிருந்து அமெரிக்கா என்கிற கண்டம் இருப்பதே உலகத்துக்கு(இன்னும் 10,000 ஆண்டுகளுக்கு) தெரியாமல் போய்விட்டது. கொலம்பஸ் என்கிற ஒரு மனிதன் மீண்டும் அமெரிக்காவைக் கண்டுபிடிக்கும் வரை!

அமெரிக்காவைப் போலவே 'தனித்து விடப்பட்ட' அதே அனு பவம் ஜப்பானுக்கும் நேர்ந்தது. கொரியாவுடனும் சைபீரியாவுட னும் ஒட்டிக்கொண்டிருந்த ஜப்பான், கடல் மட்டம் உயர்ந்த காரணத்தால் தன்னந்தனியே பிரிந்தது (பிற்காலத்தில் அமெரிக்காவும், ஜப்பானும் ஆவேசத்துடன் பொருளாதார வளர்ச்சி அடைந்ததற்கு பூகோள ரீதியில் இப்படித் தனியே விடப்பட்டதால்தான் என்று சில சமூகவியல் ஆய்வாளர்கள் குறிப்பிடுகிறார்கள்!).

நாகரிகங்கள் தழைக்க நதிகள் மட்டுமே போதுமா? போதாதுதான் என்றாலும் அவைதான் அடிக்கல்! நதிகள் உருவானதைத் தொடர்ந்து மனிதர்களிடையே ஆச்சரியமான நிகழ்வுகள் மளமளவென்று தொடர்ந்தன!

குரங்கிலிருந்து ஆதி மனிதன் பரிணமித்து சுமார் முப்பது லட்சம் ஆண்டுகளாக அவனுக்கு மிரட்சியாகவும், புரிபடாமலும் ஒரு விஷயம் இருந்து வந்தது. அது - நெருப்பு! ஆனால், நெருப்பை அவன் ரொம்ப காலமாகப் பார்த்துக் கொண்டுதானிருக்கிறான். திடீரென்று வானில் கருமேகங்கள் சூழும். பெரிதாக இடி ஒலிப்பதற்கு முன்னால் பளீரென மின்னல் வெளிப்படும். அந்த மின்னல் கீழிறங்கி மரங்களையோ, புதர்களையோ தாக்கும் போது குபுக்கென்று சிவப்பு நிற ஜுவாலைகள் தோன்றும். இதைப் பார்த்து மனிதன் ஆரம்பத்தில் நடுங்கிப் போனாலும் மெள்ள மெள்ள துணிவு வர, நெருப்பின் அருகில் சென்று ஆர்வத்துடன் பார்த்தான்.

அவனுக்கு ஆச்சரியம்! சிறிது நேரமே நெருப்பு பற்றியெரிந் தாலும் அச்சமயம் பூச்சிகள் அவனைத் தொல்லைப்படுத்த வில்லை! மிருகங்கள் பயந்து திரும்பி ஓடின! குளிரில் தீயின்

அருகாமை மனிதனுக்கு கதகதப்பாகவும் இருந்தது! அதைவிட ஆச்சரியம், எதேச்சையாக இறைச்சியை நெருப்பில் கொஞ்ச நேரம் நீட்டிவிட்டு உண்டபோது இறைச்சி மேலும் சுவையாக இருந்தது!

அதற்குப் பிறகு மின்னலடிக்கும் போதெல்லாம் தயாராக ஓடி, பற்றிக் கொள்ளும் நெருப்பின் அருகே பெருமையுடன் அமர்ந்து கொண்டான் மனிதன். மின்னல் தீமூட்டும் போதெல்லாம் அவனுடைய ஸ்பெஷல் டின்னர் - சுட்ட இறைச்சி!

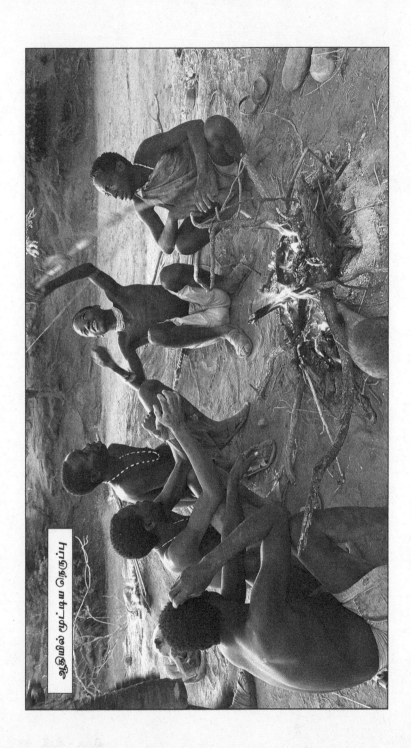

ஆதியில் மூட்டிய நெருப்பு

தலைவனும் பூசாரியும்

ஒரு பெரிய பிரச்னை மனிதனுக்கு வருத்தத்தைக் கொடுத்தது. கொஞ்ச நேரத்தில் தீ மெள்ள மெள்ள அடங்கி அணைந்து போனது! மீண்டும் மின்ன லுக்காக வானத்தை ஏக்கத்துடன் பார்த்தவாறு அவன் காத்திருக்க வேண்டி வந்தது. அந்த மனிதர்களில் யாரோ ஒருவனுக்கு கொஞ்சம் மூளை வேலை செய்ய, தீயை அணைய விடா மல் காப்பாற்ற வேண்டும் என்கிற யோசனை தோன்றியது.

இலை, தழை, குச்சியைத் தீப்பற்ற வைத்து அவற்றை பத்திரமாக எடுத்து வந்து பாதுகாக்க ஆரம்பித்தான் மனிதன். சில நேரங்களில் அவன் ஓடிச் செல்வதற்குள் மழை பெய்து தொலைத்து தீயை அணைத்ததால் அவனுக்கு ஏக எரிச்சலும் ஏற்பட்டது!

(நாம் மிகச் சாதாரணமாகக் கருதும் 'மேட்ச் பாக்ஸ்' அப்போது மனித னுக்குக் கிடைத்திருந்தால் அது அவ னுக்கு எப்பேர்ப்பட்ட அதிசய 'மேஜிக்' ஆக இருந்திருக்கும்!)

ஆரம்ப கால மனித இனம் தோன்றி சுமார் 35 லட்சம் ஆண்டுகளுக்குப் பிறகு

6

தான் மின்னல் மரத்துடன் உராய்வதால் நெருப்பு வருகிறது என்பதைப் புரிந்து கொண்டான் மனிதன். பிற்பாடு பெயர், ஊர் இல்லாத யாரோ ஒரு 'ஆதிவாசி விஞ்ஞானி' சிறிய அளவில் 'செயற்கை மின்னல்' தயாரிக்கும் முயற்சியில் இறங்க - சிக்கிமுக்கிக் கற்கள் பிறந்தன!

கி.மு. 8,000 - உலக வரலாற்றில் மிக முக்கியமான மைல் கல்லாக அமைந்தது! மனித இனம் மேற்கொண்ட மிகப்பெரிய புரட்சி நடந்தது அப்போதுதான்! அது நிகழ்ந்தது பாலஸ்தீனத்தில் உள்ள (பிற்பாடு ஜோஷுவா படையெடுத்துக் கைப்பற்றியதாக பைபிளில் சொல்லப்படும்) ஜெரீகோ என்கிற கிராமத்தில்! ஜெரீகோவில் உலகின் முதல் நிரந்தரக் குடியிருப்பு உருவானது மனித வரலாற்றில் மிகப் பெரிய புரட்சி!

(மிக அண்மையில் இந்தியாவில் குஜராத் கடற்கரையில், நீருக்கு அடியில் ஒன்பது கி.மீ. நீளத்துக்கு ஒரு ஊரே இருப்பதை தமிழகத்தைச் சேர்ந்த தேசிய ஆழ்கடல் ஆராய்ச்சியாளர்கள் கண்டுபிடித்துள்ளனர்! அங்கு கண்டெடுக்கப்பட்ட பொருள் களைச் சோதனை செய்ததில், அவற்றின் 'வயது' கி.மு. 7,500 என்று தெரிய வந்திருக்கிறது. சர்வதேச தொல்பொருள் ஆய்வாளர்களால் இது ஏற்றுக்கொள்ளப்பட்டால் உலகின் முதல் நகரம் இந்தியாவில் தோன்றிய பெருமை நமக்குக் கிடைக்கும்!)

ஜெரீகோவில் வசித்த மக்கள், அருகே காட்டுப்பகுதியில் விளைந்த சில தானியங்களை அரைத்துப் பொடியாக்கி சுட வைத்து சுவைத்துச் சாப்பிட்டு வந்தார்கள். அவைதான் கோதுமை, பார்லி என்று தெரியாமலேயே! தவிர, களிமண்ணை யும் கற்களையும் உபயோகித்து அவர்கள் வீடுகள் கட்டிக் கொண்டார்கள். இருப்பினும் தொடர்ந்து 'ஜெரீகோ மனிதர்கள்' உணவுக்காக காடுகளில் திரிந்த மான்களையும், எருதுகளையும், பன்றிகளையும் அலைந்து வேட்டையாட வேண்டியிருந்தது. தொட்டுக்கொள்ளத்தான் கோதுமை (சட்னி)?!

ஆடுமாடுகளை மனிதன் பழக்கி வளர்க்க ஆரம்பித்ததும் கி.மு. 8,000-க்குப் பிறகுதான். முதன் முதலில் ஆடுகளும், மாடுகளும் பழக்கப்பட்டது (இன்றைய) துருக்கி, ஈராக், ஈரான் பகுதிகளில்.

நிலத்தில் விளைந்த கோதுமைப் பயிர்களைப் பாதுகாக்க வேண்டி, ஆடுமாடுகளை கிராமத்துக்கு வெளியே ஆண்கள்

எச்சரிக்கையாகக் கட்டிப்போட்டுவிட்டு வேட்டைக்குப் போக வேண்டி வந்தது. கூடவே அந்த வளர்ப்பு மிருகங்களிடையே கடாக்கள் அதிகம் பிறந்தால் அவற்றை வெட்டி இறைச்சியைத் தின்றார்கள்.

அப்போதுதான் வீட்டில் வெறுமனே இருந்த ஒரு பெண் கையிலிருந்து மண்ணில் தவறி விழுந்த தானியங்கள் மீண்டும் முளைத்தது கண்டு ஆனந்தக் கூச்சலிட்டாள்! ஆர்வத்துடன் தானியங்களைச் சேகரித்து கூர்மையான கல்லினால் மண்ணைக் கிளறி அவற்றை விதைக்க... வாவ்! மீண்டும் மீண்டும் பயிர்கள் தலை நீட்டின!

உலகில் முதல் விவசாயி ஒரு பெண்தான் என்கிறார்கள் ஆராய்ச்சியாளர்கள்! அவள் மண்ணைக் கிளறப் பயன்படுத்திய சற்றே நீண்ட கல் ஆயுதம்தான் முதல் கலப்பை! (பிற்பாடு கலப்பை பெரிதாக, தீர்க்கமாக உருவாக்கப்பட்ட பிறகு பெண்கள் அவற்றைக் கையாள சிரமப்பட்டதால் வலிவு மிகுந்த ஆண் அந்தப் பணியை மேற்கொண்டான் என்பதும் ஆய்வாளர் களின் கருத்து!)

சுருக்கமாக, உலக வரலாற்றில் முதலில் ஆடு, மாடு, பன்றிகளை வளர்த்தது ஆண். முதன் முதலில் பயிர்களை வளர்த்தது பெண்! (கி.மு. 4,000ல் மனிதனுக்கு 'கலப்பையை மாடுகளை வைத்து இழுக்கவைத்தால் என்ன' என்று இன்னொரு 'பளிச்' ஐடியாவும் தோன்றியது!).

மேலும் மேலும் பயணித்து அங்கு வந்த (வேற்று) நாடோடி மனிதர்கள் இப்படி நதிக்கரையோரமாகக் கிளர்ந்து எழுந்த குடியிருப்புகளைப் பார்த்து வியப்படைந்தார்கள். உடனே முரட்டுத்தனமாக உள்ளே புகுந்து அவர்கள் சேகரித்து வைத் திருந்த உணவுப் பொருள்களை அள்ளிச் சென்றார்கள். எதிரி களைத் தடுத்து கற்களை வீசி (இது இப்போதும் நடப்பது வேறு விஷயம்!) துரத்த வேண்டியிருந்தது. முதல் யுத்தம்?!

மனிதன், தன்னுடைய மற்றும் கால்நடைகளின் கழிவுப் பொருள் களை விட்டுவிட்டு நடந்து போய்க்கொண்டே இருந்த வரைக்கும் பிரச்னை இல்லை. ஒரே இடத்தில் கழிவுப் பொருள் களுடன் அவன் தங்க ஆரம்பித்தவுடன், கூடவே சாக்கடைகள் வந்தன! அதிலிருந்து முதன்முறையாக மனிதனுக்கு வியாதிகள் வந்தன! ஆரம்பத்தில் ஆடு மாடுகளின் பாலிலிருந்து டி.பி.யும்,

அம்மை நோயும் வந்தன. வாத்துகளிடமிருந்தும், பன்றிகளிட மிருந்தும் ஒருவகை 'ஃப்ளூ' ஜுரம் வந்தது.

தொடர்ந்து வெளி மனிதர்களின் திடீர்த் தாக்குதல்கள் நிகழ, துரத்தியடித்த கிராமத்து மக்கள் புத்திசாலித்தனத்துடன் சிலரைப் பிடித்து வைத்துக்கொண்டு வேலை வாங்க ஆரம்பித்தார்கள்!

அதோடு, 'படையெடுப்புகளை'த் தடுக்க கிராமத்தைச் சுற்றி (கோட்டை) சுவர்களையும் எழுப்பினார்கள். 'கிராமத்தில்' உள்ளவர்களில் வயதான, அனுபவம் மிகுந்தவன் அந்தக் குடி யிருப்புக்குத் தலைவனானான்! அவன் சொல்படி எல்லோரும் வணங்கி நடந்தனர்.

பருவநிலை, நட்சத்திரங்களின் இடமாற்றம், இயற்கையின் போக்கு இவற்றைத் தொடர்ந்து கவனித்து 'கணக்குப் போட்ட' இன்னொரு புத்திசாலி எதை எப்போது செய்ய வேண்டும் என்று தலைவனுக்கு ஆலோசனை கூறினான்.

அவன் சொன்னபடியே சில நிகழ்ச்சிகள் இயற்கையில் நிகழ்ந் தன! அந்த முதல் பூசாரி (அல்லது ஜோசியர்!) யாரென்று தெரிய வில்லை. ஆனால், தனித்து நின்ற சில இயற்கையான விஷயங் களை மக்கள் வணங்கி வழிபடவும், அவற்றைத் திருப்திப்படுத்த ஆடு, மாடு, கோழிகளை பலிகொடுக்கவும் சொல்லிக் கொடுத் தது அவன்தான். 'மிகச் சிறந்த விலைமதிப்பு மிகுந்த பரிசு (பலி) எதுவாக இருக்க முடியும்?' என்கிற கேள்விக்கு 'மனிதன்' என்று பதில் வந்தது பூசாரியிடமிருந்து.

ஆம்! மொத்தத்தில் மனிதனது மூளை 'முழு வளர்ச்சி'யடைந்து விட்டது! இனி விஸ்வரூபம் எடுக்க வேண்டியதுதான் பாக்கி!

நாகரிகம் (Civilization) என்றால் என்ன? அதற்கான அடிப்படைத் தகுதிகள் எவை? சுருக்கமாக விளக்க வேண்டுமெனில், குறுகிய காலமாக இருந்தாலும் அந்த காலகட்டத்தில் மனித சமுதாயம் எல்லாத் துறைகளிலும் சாதனைகள் நிகழ்த்தி புதிய கலா சாரத்துக்கும், மனித மேம்பாட்டுக்கும் வழிவகுத்திருந்தால் அதுதான் நாகரிகம்!

உலகின் மையத்தில் ஏதோ ஆதார சக்தியைப் போல 'நாகரிகம்' நிகழ்வதில்லை! அங்குமிங்கும் ஏதேதோ மூலை முட்டுகளில்தான் நாகரிகங்கள் கிளர்ந்தெழுந்திருக்கின்றன. அதைத் தொடர்ந்து மனித சமுதாயம் பல மடங்கு வேகநடை போட ஆரம்பிக்கிறது.

உச்சியில் கோயில்!

நாகரிகம் கிளர்ந்தெழுந்ததும் புதிய பண்பாடுகள், கலாசாரங்கள், வழிபாடு கள் தோன்றுகின்றன. மொழி, கட்டடக் கலை, ஓவியம், இசை, சிற்பக் கலை, தத்துவம், இலக்கியம், சட்டம் எல்லாமே ஏககாலத்தில் தலை நீட்டுகின்றன! இவை தவிர, யுத்தங் களும் நாகரிக வளர்ச்சியில் முக்கிய பங்கு வகிப்பதை தர்மசங்கடத்துடன் ஒப்புக்கொண்டாக வேண்டும்! யுத்தம், மனிதர்களிடையே ஓர் உத்வேகத்தை ஏற்படுத்தத்தான் செய்கிறது. பாரசீகத் துடன் நிகழ்ந்த போரில் ஏதென்ஸ் வெற்றிக்கொடி நாட்டிய பிறகே ஏதென் ஸின் பொற்காலம் தொடங்கியது. அகஸ்டஸ் சீசர் போரில் குவித்த வெற்றி களுக்குப் பிறகுதான் மத்திய தரைக்கடல் பகுதிகள் முழுவதும் அவர் வசப்பட்டு ரோமானிய நாகரிகம் உச்சத்துக்குப் போனது. இரண்டாவது ராம்ஸெஸ் எகிப்தில் கோலோச்சிய காலகட்டத்தில் அவன் வீரம் காரணமாக எகிப்திய சாம் ராஜ்ஜியம் பரந்து விரிந்து பிரும் மாண்டமாக ஜொலித்தது.

சில சமயங்களில் கொடுங்கோல் மன் னர்கள் கையில் ஆட்சி போவதுண்டு!

7

கோயிலில் அருள்பாலிக்கும் இரண்டாவது ராம்ஸெஸ் (இடது)

அச்சமயத்தில் பேச்சுக்கலை, தத்துவ விசாரணைகள், நாடகக் கலை போன்றவற்றின் கழுத்து நெரிக்கப்பட்டாலும் ஒன்று மட்டும் தொடர்ந்து உயிர்த்துடிப்போடு இயங்கியது. அதுதான் இலக்கியம் - குறிப்பாகக் கவிதைகள்!

ஒரு நாட்டின் பொற்காலத்தில் மட்டுமல்ல, மக்களை மருள வைத்த இருண்ட காலத்திலும் கவிதைகள் உயிர்த்தெழுந்தன. மகிழ்ச்சியிலும் கவிதை, துக்கத்திலும் கவிதை!

இது தவிர, எல்லா சூழ்நிலைகளிலும் இலக்கியத்தைத் தவிர சாகாவரம் பெற்றிருந்தது - மது வகைகள்! விதவிதமான மது பானங்கள் தயாரிப்பது ஒவ்வொரு நாகரிகத்திலும் மிக அவசியமான சம்பிரதாயமாக இருந்தது. (உதாரணமாக, பாபிலோனியர்கள் 'பீர்' குடிப்பதை மிகவும் முக்கியமாகக் கருதினார்கள்!)

ஆம்! 'மெஸபொடேமியா' என்று அழைக்கப்படும் நாகரிகத்தைப் பிரசவித்த இடம் - பாபிலோனியா! இந்த நாகரிகம் இல்லையெனில் எகிப்திய நாகரிகமே இல்லை என்கிறார்கள் தொல்பொருள் ஆராய்ச்சியாளர்கள். அவர்களைப் பொறுத்த மட்டில், உலகின் முதற் பெரும் நாகரிகம் இதுவே!

முதன்முதலில் நாடோடித்தனத்திலிருந்து விலகி கலாசாரத் தனிப்பாதை ஏற்படுத்தியவர்கள் பாபிலோனியர்கள்தான்! (அப்போது இந்தியா, சீனா, இராக், ரஷ்யா என்றெல்லாம் நாடுகள் கிடையாது. ஆங்காங்கே மக்கள் குடியேறியதோடு சரி! மற்றபடி, உலகம் ஒன்றாக இருந்த காலம் அது என்பதை நினைவில் கொள்ளவேண்டும்!)

துருக்கியில் தொடங்கி சிரியா, இராக் வழியே மெதுவாக அடர்த்தியாக ஓடும் யூப்ரேடீஸ் நதி (நீளம் - 2735 கி.மீ), மற்றும் பெயருக்கேற்ப முரட்டுத்தனமும், வேகமும் மிகுந்த டைக்ரிஸ் நதி (நீளம் - 1850 கி.மீ) இந்த இரண்டு மாபெரும் நதிகளும் பாரசீக வளைகுடா அருகே இணைந்து சங்கமம் ஆகின்றன.

இந்நதிகளுக்கு நடுவே பரந்து விரிந்திருக்கும் பிரும்மாண்டமான 'முற்றத்தில்'தான் பாபிலோனிய நாகரிகம் உருவெடுத்து உலக வரலாற்றை மாற்றி அமைத்தது! இரு நதிகள், அவை கொண்டு வந்து கொட்டிய ஜீவனுள்ள வண்டல் மண் - 5,000 ஆண்டுகளுக்கு

முன்பு ஏராளமான நிரந்தரக் குடியிருப்புகள் அந்த 'முற்றத்தில்' தோன்றியதில் ஆச்சரியமில்லை. ஆனால் அத்தனையும் டஜன் கணக்கில் சின்னச்சின்ன ஊர்கள்தான்! ஒவ்வொரு ஊருக்கும் தலைவன் தோன்றினான்!

இந்தக் குட்டி ஊர்கள் உருவாகவே இரண்டாயிரம் ஆண்டு கள் பிடித்திருக்க வேண்டும் என்பது ஆராய்ச்சியாளர்களின் கருத்து.

நாடோடியாகப் பயணித்துக் கொண்டிருந்த மக்களுக்கு தாங்கள் ஒன்றாக இணைந்ததும், அந்த ஏற்பாட்டில் இருந்த நன்மைகளும் 'இந்த இடம் எங்களுடையது!' என்கிற 'பொஸஸிவ்னெஸ்' ஸைத் தந்ததில் வியப்பில்லை.

இத்தனைக்கும் இன்று ஒரு டூரிஸ்ட், இராக்கின் தென்பகுதியில் உள்ள பண்டைய 'ஊர்' என்னும் ஊரில் (முதல் ஊரின் பெயரே 'ஊர்' என்பது ஓர் ஆச்சரியம்!) உள்ள சிறிய குன்றின் மீது ஏறி நின்றால் அதன் பரம விரோதி ஊரான 'எரீடு'வை தொலைவில் பார்க்க முடியும்.

இன்னொருபுறம் திரும்பிப் பார்த்தால் 'யூர்' உடன் தொடர்ந்து போரிட்டுக் கொண்டிருந்த யூரக் மற்றும் லார்ஸா என்னும் ஊர்கள் தெரியும்! தலைவர்கள் என்னவோ நம்ம ஊர் பண்ணையார் லெவல்தான்!

தலைவர்களில் அதிக புத்திசாலித்தனமும், வீரமும், லட்சியங் களும் கொண்டவர்கள் உருவாகாமல் இருப்பார்களா? கி.மு. 2340 -ல் 'யும்மா' என்கிற ஊரை ஆண்ட ல்யூகா ஸகேஸி திடீரென்று கூட்டமாகப் 'படையெடுத்து'ச் சென்று அக்கம்பக்கத்து ஊர்கள் அனைத்தையும் கைப்பற்றினான்.

ஸகேஸியின் ஐடியாவை எடுத்துக்கொண்டு பிற்பாடு அவனையே வென்ற வல்லவனுக்கு வல்லவன் - அகாட் என்கிற ஊரை ஆண்ட ஸார்கான்! நிறையவே குட்டிக் குட்டி யுத்தங்கள். அதில் தோற்றவர்களின் கதி? களத்திலேயே அத்தனை எதிரிகளும் தீர்த்துக் கட்டப்பட்டார்கள். பிற்பாடு அவர்களில் வலுவானவர் களைக் கொல்லாமல் பார்வையை மட்டும் பறித்து அவர்களை இழுத்து வந்து வாழ்நாள் முழுவதும் அடிமைகளாக வேலை வாங்கினார்கள்.

ஸார்கான் ஒரு வேலைக்காரப் பணிப்பெண்ணுக்குப் பிறந்தவன். அப்பா பெயர் தெரியாது!

அந்தக் கூடலினால் வேலைக்காரப் பெண்ணுக்கு ஏதோ ஆபத்து வந்திருக்க வேண்டும். எல்லாப் புராணங்களிலும் வரும் ஒரு காரியத்தைச் செய்தாள் அவள்!

பிறந்த குழந்தையை ஒரு கூடையில் வைத்து யூப்ரேடீஸ் நதியில் விட்டுவிட்டாள்! அங்கு குளிக்க வந்த இஷ் என்னும் ஊரின் ராஜகுமாரி கூடையில் வந்த அந்தக் குழந்தையைக் காப் பாற்றினாள். வளர்ந்து பெரியவனான ஸார்கான் பட்டத்து இளவரசராகி, மன்னராக இருந்த 'தாத்தா'வைக் கொன்று ஆட்சியைக் கைப்பற்றினான். தெற்கு துருக்கியிலிருந்து, பாரசீக வளைகுடா வரை பரந்து விரிந்த மெஸபோடாமியா என்னும் ராஜ்ஜியத்தை நிறுவிய ஸார்கானை அகில உலக முதல் மன்னனாகக் கருதலாம்!

ஸார்கான் ஆட்சி கி.மு. 2334-லிருந்து 2279 வரை ஐம்பத்தைந்து ஆண்டுகள் நீடித்தன. இந்தக் காலகட்டத்தில் மொழி, கட்டடக் கலை, சிற்பக் கலை - எல்லாமே நுணுக்கம் பெற்றன.

யாரோ ஒரு மெஸபொடேமிய கொத்தனார் கட்டடக் கலையில் 'வளைவை' (arch) கண்டுபிடித்தார்! வளைவு இலலையேல் பாலங்கள் இல்லை! இன்னொருவர் சக்கரம் கண்டுபிடித்தார்! நூற்றுக்கணக்கான படிகள் ஏறி, உச்சியில் தான் கோயில் இருக்க வேண்டும் என்பதை வேறொருவர் கற்பனை செய்து உருவாக்கினார்!

கோயில்களை உயரத்தில் அமைப்பது அப்போது ஆரம்பித்தது தான்! வீரர்களுக்கு யூனிஃபார்ம் வந்ததும் அப்போதுதான். உலோகத்தைப் பட்டையாகத் தட்டி கூர்மையாக்கி போர் வாட்களைத் தயாரிக்கும் விஞ்ஞானம் இன்னும் வரவில்லை!

ஆகவே ஈட்டிகள்தான் ஆயுதம்! சக்கரம் (wheel) வந்து விட்டாலும் ரதங்கள் இன்னும் கண்டுபிடிக்கப்படவில்லை. ஒரு பெரிய பலகை, நாலு சக்கரங்கள் - தளவாடங்களை எசகுபிசகாக அதில் ஏற்றி இழுத்துச் செல்ல கழுதைகள்!

போருக்குச் செல்வதற்குமுன் வீரர்கள் நிறைய ஒயின் அருந்தி னார்கள்!

அடுத்த கட்டத்துக்குப் போக இன்னும் கற்பனையும் கட்டுப் பாடும், சட்டதிட்டங்களும் லட்சியங்களும் தேவைப்பட்டன. இதையெல்லாம் கொண்டுவந்து வழிகாட்ட, கண்டிப்பான, விவேகமான தலைவன் தேவை!

பாபிலோன் என்னும் ஊரில் அப்படி ஒரு லட்சிய மன்னன் தோன்றினான். பெயர் - ஹமுராபி! உலகின் முதற் பெரும் சக்கர வர்த்தி அவனே!

சட்டம் தந்த சக்கரவர்த்தி!

பொதுவாகவே ஜீவ நதிகள் வள்ளல் களாக வாரி வழங்கும் வண்டல் மண் உயிர்த்துடிப்பானது! பயிர்களை மட்டு மல்ல, காதலையும் கலவியையும் உலக மக்களிடையே வளர்த்ததும் அந்த மண்தான்!

கரையோரங்களில் குடியிருப்புகளை அமைத்துக் கொண்டவுடனேயே பாது காப்பான உணர்வு மனிதர்களுக்கு ஏற் பட்டுவிட்டது. 'இது நம் இடம்' என்கிற முடிவு வந்த பிறகு வீடுகள் தோன்றி விட்டன. பல காலமாகத் தொடர்ந்து நிகழ்ந்த நாடோடி வாழ்க்கையும் பயணங்கள் ஏற்படுத்திய சோர்வும் ஒரு வழியாக அவர்களிடமிருந்து நீங்கின.

அடுத்தபடி அவர்கள் ஆர்வத்துடன் ஈடு பட்டது இனப் பெருக்கத்தில்தான்! மிகவும் ஸ்லோமோஷனில் இருந்த ஜனத்தொகை உலகெங்கும் வேகமாக அதிகரிக்க ஆரம்பித்தது அப்போது தான்!

ஜெரீகோ என்கிற அந்த முதல் கிராமத் தில் விவசாயம் தொடங்கிய கால கட்டத்தில் உலகின் மொத்த மக்கள் தொகையே ஒரு கோடிக்கும் சற்றுக்

8

ஹமுராபி

HAMMURABI

குறைவு! மெஸபொடேமியாவில் முதற்பெரும் நாகரிகம் வேரூன்றியபோது உலகின் ஜனத்தொகை ஐந்து கோடியை எட்டியிருந்தது - இன்றைய தமிழ்நாட்டின் மக்கள் தொகை அது!

(கி.மு. 2,000-ல் ஒன்பது கோடியாகப் பெருகிய மக்கள் தொகை இயேசுநாதர் வாழ்ந்த காலத்தில் முப்பது கோடிக்குச் சென்றது. அதாவது, அப்போதைய முழு உலக மக்கள் எண்ணிக்கையே இன்றைய இந்தியாவின் ஜனத்தொகையான நூறுகோடியில் மூன்றில் ஒரு பங்குதான்!)

கி.மு. 3,000-ல் மெஸபொடேமியாவில் 'ஊர்' என்கிற ஊரைத் தொடர்ந்து பதினெட்டு நகரங்கள் கிளர்ந்தெழுந்தன. ஒவ்வொரு ஊரிலும் சுமார் 50,000 மக்கள் வசித்ததாகத் தகவல்.

அதில் ஒரு நகரமான பாபிலோனியாவில் பிறந்தவர்தான் ஹமுராபி! மனித சமுதாயம் வேகமாக முன்னேற்றமடைந்து ஜொலிக்க, கனவுகளும் கற்பனை வளமும், கண்டிப்பும் கொண்ட தலைவன் அத்தியாவசியம் என்பதை நிரூபித்த முதல் மன்னர் ஹமுராபி!

ஹமுராபி பிறந்த ஆண்டு எதுவென்று நிச்சயமாகத் தெரிய வில்லை என்றாலும் கி.மு. 1764-ல் அவர் அரியணையில் 'ஜம்'மென்று அமர்ந்து அமர்க்களமாக ஆட்சி புரிந்தது உண்மை. அவர் இறந்து ஆயிரத்து ஐந்நூறு ஆண்டுகளுக்குப் பிறகுதான் அலெக்ஸாந்தரும், புத்தரும், சீசரும், இயேசுவும், அசோகச் சக்கரவர்த்தியும் பிறக்கவே போகிறார்கள் என்பதை நினைக்கும் போது ஹமுராபி ஆட்சி பற்றிய தகவல்கள் நமக்கு ஆச்சரியத்தை யும் ஆர்வத்தையும் ஏற்படுத்துகின்றன. (அப்போது பள்ளிக் கூடங்களில் சரித்திரப் புத்தகம் இருந்தாலும் அதில் பாடங்களே இருந்திருக்க முடியாது என்பதை எண்ணிப் பார்த்து இன்றைய மாணவர்கள் பெருமூச்சுடன் பொறாமைதான் படமுடியும்!)

அரபு நாடுகளில் நாடோடிகளாக நடமாடிய வீர இனத்தைச் சேர்ந்தவர்தான் ஹமுராபி. அவர்களில் பலர் மெஸபொடேமிய பகுதிகளில் குடியேறி உடலுழைப்பு சம்பந்தப்பட்ட பல பணி களில் ஈடுபட்டு, போகப் போக மெல்ல ஆட்சிப் பொறுப்பையும் கைப்பற்றினார்கள்.

ஹமுராபி ஆட்சிப் பொறுப்பை ஏற்றபோது பாபிலோனிய ராஜ்ஜியத்தின் குறுக்களவு சுமார் ஐம்பது மைல்களே! அவர் அரி

யணை ஏறி முப்பது ஆண்டுகளுக்குள் பாபிலோனியா, இன்றைய இராக் அளவுக்கு விரிந்து பரந்தது. மொத்த மெஸபொடேமியாவே பாபிலோனியா என்று பிற்பாடு அழைக்கப்படும் அளவுக்கு புகழும் அடைந்தது. தன் ராஜ்ஜியத்தின் எல்லைகளை வீரத்தால் விஸ்தரித்ததோடு நில்லாமல் ஒரு கட்டுப்பாடான, ஆக்கப்பூர்வ மான ஆட்சியையும் உருவாக்கியதால்தான் ஹமுராபி இன்றளவும் உலக வரலாற்றில் மிக முக்கிய இடத்தைப் பெறுகிறார்!

தமிழகத்தை சேர, சோழ, பாண்டிய மன்னர்கள் ஆண்டதைப் போல அங்கேயும் அருகருகே வெவ்வேறு மன்னர்கள் கோலோச்சினார்கள். லார்ஸா என்னும் ராஜ்ஜியத்தை ரிம்ஸின் என்கிற மன்னரும், ஆசூர் என்கிற ராஜ்ஜியத்தை ஷாம்ஷி அடாட் என்கிற அரசரும் ஆண்டார்கள். எல்லாமே முந்நூறு மைல் களுக்குள் இருந்த தனித்தனி குட்டி ராஜ்ஜியங்கள்!

ஆரம்பத்தில் ஹமுராபி எந்த சண்டை சச்சரவுகளிலும் ஈடுபடா மல் நிர்வாகத்தில் மட்டுமே கவனம் செலுத்த மற்ற இரு மன்னர் களும் தொடர்ந்து தங்களுக்குள் போரிட்டுக் கொண்டிருந் தார்கள். அவ்வப்போது ஒரு மன்னர் ஹமுராபியிடம் பாபி லோனிய காலாட்படையில் ஒரு பிரிவை அனுப்பி உதவச் சொல்லி தூதுவரை அனுப்புவர். ராஜதந்திர நிலைமைக்கேற்ப ஹமுராபியும் உதவியதுண்டு!

நியாயமாக, அசூரை ஆண்ட ஷாம்ஷி அடாட் வலுவான ஒரு சாம்ராஜ்ஜியத்தை விஸ்தரித்து ஹமுராபியை ஓரங்கட்டியிருக்க வேண்டும். அதற்கான வீரமும் விவேகமும் இருந்தும் அவருக்கு மகன்கள் மூலம் பிரச்னை ஏற்பட்டது. அண்ணன் இஷ்மே தகான், தம்பி யஸ்மா அடாட் - இருவரும் கோஷ்டி சேர்த்துக் கொண்டு அடுத்த அரசர் நீயா, நானா? என்கிற மோதலில் இறங்கினார்கள். 'ராஜ்ஜியமெல்லாம் இல்லாமல் அந்தக் கால ஆதிவாசிகளைப் போல நாடோடிகளாக நாம் இருந்திருக்கக் கூடாதா? என்று தந்தையார் வெறுத்துப் போகும் அளவுக்கு நிலைமை ஏடாகூடமாகியது!

குறிப்பாக இளையமகன் யஸ்மா, பெண்களோடு சல்லாபிப்பதில் அதிக நேரம் செலவிட்டது அப்பாவுக்குக் கோபத்தை ஏற்படுத்தியது. ஒரு சமயம் கூடாரத்துக்கு வெளியே பக்கத்து ராஜ்ஜியத்திலிருந்து வந்த தூதுவர் காத்திருக்க, உள்ளே யஸ்மா கவலையே படாமல் ஒரு பெண்ணைத் தழுவிக்கொண்டு நேரம்

போக்கியது தெரிந்து, 'முடிவுகள் எடுக்கும் திறமையை நீ இழந்து விட்டாயா? அல்லது நீ கொஞ்சிக் கொண்டிருக்கும் பெண்கள் உன் தாடியை மழித்து எடுத்துவிட்டார்களா? என்று மகனுக்கு தந்தை கோபமும் கிண்டலும் கலந்த கடிதம் அனுப்பினார்! (மெஸபொடேமியாவில் அப்போது தாடி வைத்துக்கொள்வது பெருமிதமான சம்பிரதாயம்!) அண்ணனும் தன் பங்குக்கு 'கோட்டை வாசலில் பத்து எதிரிகள் வந்தால் போதும். உடனே பெரும் படையுடன் கிளம்புகிறாய். பலே உன் வீரம்!' என்று எழுதிய கடிதமும் தொல்பொருள் ஆராய்ச்சியாளர்களுக்குக் கிடைத்திருக்கிறது! (கடிதம் என்றால் ஓலையோ, காகிதமோ அல்ல. களிமண்ணை படரவிட்டு அது ஈரமாக இருக்கும்போதே அதில் மெனக்கெட்டு எழுத்துகளை செதுக்கவேண்டும்.

கி.மு. 1780-ல் தந்தை ஷாம்ஷி இறந்துபோக, மூத்த மகன் இஷ்மே ஆட்சியில் அமர்ந்தான். சொகுசுத் தம்பியின் கதி பற்றி தெரிய வில்லை! தம்பியை தந்தையோடு துணைக்கு அண்ணன் அனுப்பியிருக்கக்கூடும்! சில ஆண்டுகள் கழித்து இஷ்மே தகான் படை உதவி கேட்டு ஹமுராபிக்கு தூது அனுப்ப, முதல்முறை யாக ஹமுராபி அதற்கு இணங்க மறுத்தார். அதுவரை ஹமுராபியை தனக்குக் கப்பம் செலுத்தவேண்டிய சிற்றரசனாகக் கருதிய இஷ்மே, பாபிலோனிய மன்னனுக்குப் பாடம் கற்பிக்க கோபத்துடன் படையோடு கிளம்பினான். கடைசியில் போர்க் களத்தில் பாடம் கற்பித்தது என்னவோ ஹமுராபிதான்! தோற்றுப் போய் ஹமுராபிக்குக் கீழ் சிற்றரசனாக இஷ்மே அடங்கி நடக்க வேண்டி வந்தது!

சில நேரங்களில், ஒரு யுத்தமும் அதில் கிடைக்கப்பெறும் வெற்றியும் கூட நாட்டு மக்களுக்கு ஓர் உத்வேகத்தைத் தந்து, நரம்புகளெங்கும் போர் முரசுகளைக் கொட்டவைக்கிறது! ஹமுராபியின் வீரர்களும் தூக்கிய ஈட்டிகளைக் கீழிறக்காமல் தொடர்ந்து வீரநடை போட்டார்கள். ரிம்ஸின் ஆண்ட லார்ஸா அவர்களை எதிர்த்து நின்றது. முற்றுகை முடிவுக்கு வராமல் போகவே ஹமுராபி தன் வீரர்களைக் கொண்டு யூப்ரேடிஸ் நதியின் குறுக்கே தற்காலிக அணை ஒன்றினைக் கட்டி வெள்ளத்தை ஊர்ப்பக்கம் திருப்ப, லார்ஸாபின் கோட்டைச் சுவர்கள் வீழ்ந்து நீரில் தத்தளித்தது. இரண்டாவது அலையாக பாபிலோனிய காலாட்படை ஆவேசமாக உள்ளே புகுந்து ஊரைக் கைப்பற்றியது.

'மார்டுக் (பாபிலோனியக் கடவுள்!) ஆசியினால், தண்ணீரைக் கொண்டே லார்ஸாவை வென்றேன்!' என்று பிற்பாடு 'களிமண் டயரியில்' குறிப்பெழுதி வைத்தார் ஹமுராபி!

கி.மு. 1757-ல் மெஸபொடேமியா பிரதேசத்தில் உள்ள எல்லா ராஜ்ஜியங்களும் ஹமுராபியின் ஆட்சிக்குள் வர உலகின் முதல் பாபிலோனியா சாம்ராஜ்ஜியம் உருவானது!

அதற்குப் பிறகு, ஹமுராபி நிகழ்த்திக் காட்டியது உலக வரலாற்றில் ஆச்சரியமான ஒன்று..!

கண்ணுக்கு கண்.. பல்லுக்குப் பல்..

சரியாக நூற்றியாறு ஆண்டுகளுக்கு முன்பு மெஸபொடேமியாவில் தொல் பொருள் ஆராய்ச்சியில் ஈடுபட்டிருந்த பிரான்ஸ் நாட்டைச் சேர்ந்த ஜேக்கஸ் த மார்டின் ஏழடி நீளக் கல்வெட்டு ஒன்றைத் தோண்டியெடுத்தார். எந்த அளவுக்கு அது முக்கியமானதொரு கண்டுபிடிப்பு என்பது அவருக்கே ஆரம்பத்தில் தெரிந்திருக்க நியாய மில்லை. இன்றளவும் பிரமிப்பூட்டும் ஹமுராபியின் சட்டங்கள்தான் அந்தக் கல்வெட்டில் செதுக்கப்பட்டிருந்தன!

ஹமுராபி ஆட்சிக்கு வருவதற்கு முன்பு வரை திட்டவட்டமான எதுவுமே இல்லாமலிருந்தது. எடுத்தேன், கவிழ்த் தேன். தடியெடுத்தவன் தண்டல்காரன் (ஆங்கிலத்தில் MIGHT IS RIGHT!) என்கிறபடிதான் சமுதாயம் இயங்கி யது. அதன் விளைவாக நீதி, நியாயம், தர்மம் எதற்குமே அர்த்தமில்லாமல் போனது, 'எது சரி, எது தவறு?' போன்ற அடிப்படைக் கேள்விகளுக்குக் கூட விடைகள் இல்லை! சின்னச் சின்ன ஊர்கள் 'ராஜ்ஜியம்' என்ற பெயரில் இயங்கியதால் அசால்ட்டான 'கட்டைப் பஞ்சாயத்துகள்'தான் நடந்தன!

9

சட்டம் இயற்றும் ஹமுராபி

ஹமுராபி இதுபற்றி தீவிரமாகச் சிந்திருக்க வேண்டும். ராஜ்ஜியம் பரந்து விரிந்துவிட்ட நிலையில் ஆங்காங்கே இஷ்டப்படி கட்டைப் பஞ்சாயத்துகள் நடந்தால் பின் எதற்கு மன்னர், சாம்ராஜ்ஜியம், நிர்வாகம் எல்லாம்?!

ஏதோ ஓர் இரவில் ஹமுராபி படுக்கையிலிருந்து திடுப்பென்று எழுந்து விளக்கை ஏற்றிவிட்டு அமைச்சர்களை அழைத்து 'டிக்டேட்' செய்ய ஆரம்பித்தாரோ என்னவோ! - முதன் முறையாக உலகில் தெளிவான சட்டங்கள் பிறந்தன!

சட்டங்கள் என்றால் ஏதோ பொத்தாம் பொதுவானவை அல்ல. யோசித்து யோசித்து ரொம்பவே நுணுக்கமாக, ஆயிரக்கணக்கில் சட்டங்களை இயற்றினார் ஹமுராபி!

ஒவ்வொரு குற்றத்துக்கும் என்ன தண்டனை என்பது ஹமுராபி வந்த பிறகுதான் நிர்ணயிக்கப்பட்டது, (1900-ல் ஜேக்கஸ் தோண்டியெடுத்த அந்த பிரமிப்பான கல்வெட்டை தற்போது பிரான்ஸில் உலகப் புகழ் பெற்ற லூவர் மியூசியத்தில் நாம் பார்க்க முடியும்!)

உதாரணமாக ஹமுராபியின் சட்டத்தில், ஒருவரை யாராவது அடித்தால் கூட அபராதம் உண்டு. வி.ஐ.பி.யை அடித்தால் அதிக அபராதம்! கற்பழிப்பு, கடத்தல், குழந்தைகளோடு உடலுறவு கொள்ளல், போர்க்களத்தில் பயந்து ஓடுவது, திருட்டு, வழிப் பறிக் கொள்ளை, நிர்வாகத்தில் லஞ்ச ஊழல் இதற்கெல்லாம் தண்டனை ஒன்றே - மரணம்! இது தவிர, பாபிலோனியர்கள் பீர் குடிப்பதை மிக முக்கிய சம்பிரதாயமாகக் கருதியதால், பீர் தயாரிப்பாளர்கள் தரம் குறைந்த பீர் தயாரித்தால் அவர்களுக்கு மரண தண்டனை அளிக்கப்பட்டது. (கள்ளச் சாராயத்துக்கு சான்ஸே இல்லை!)

இன்றளவும் வார்த்தைப் பிரயோகங்களில் பயன்படுத்தப்படும் 'An Eye for an eye, A Tooth for a tooth' என்பது ஹமுராபி ஆரம்பித்து வைத்ததுதான்! அதன்படி, பெற்றோரை கை நீட்டி மகன் அடித்தால் அவன் ஒருவரை ஓங்கிக் குத்தி அவர் பல் உடைந்தால் பதிலுக்குக் குத்தியவரின் பல் உடைக்கப்பட்டது! அலட்சியமாக ஆபரேஷன் செய்யப்பட்டு நோயாளி இறந்துபோனால் சர்ஜனில் விரல்கள் வெட்டப்பட்டன. (ஆம், அப்போது 'காடராக்ட்' கண் ஆபரேஷன் கூட நடந்ததாகத் தகவல்) பாபிலோனிய டாக்டர்கள்

அண்டை நாடுகளுக்குக் கூட 'விசிட்' போனார்கள்! சரியாக நோயாளியைக் கவனிக்காத நர்ஸுக்குக் கூட பனிஷ்மெண்ட் கடுமையாகத் தரப்பட்டது.

தவிர, அன்றாட வாழ்க்கைக்குத் தொடர்பான சட்டங்களும் இயற்றப்பட்டன. தச்சருக்கு எவ்வளவு சம்பளம் தரப்பட வேண்டும், உழைப்பாளர்களுக்கு எவ்வளவு நாட்கள் விடுமுறை தர வேண்டும், மருத்துவர்கள் ஏழைகளிடமும், பணக்காரர்களிடமும் என்ன 'ஃபீஸ்' வாங்க வேண்டும்... இப்படி ஒவ்வொன்றுக்கும் ரூல்ஸ் போடப்பட்டன!

ஆச்சரியமான ஒரு சட்டம் - வீடு கொள்ளையடிக்கப்பட்டு, குறித்த காலத்துக்குள் காவலர்கள் திருடர்களை கைது செய்யாவிட்டால், அந்தக் காவலர்கள் வேலை நீக்கம் செய்யப்பட்டு, திருடப்பட்ட தொகையை பாதிக்கப்பட்ட குடிமகனுக்கு அரசு நிர்வாகம் தந்து 'காம்பன்ஸேட்' செய்ய வேண்டும்! இப்படி ஒரு துணிச்சலான சட்டத்தை தற்போது எந்த நாட்டிலாவது கொண்டு வர முடியுமா?!

பாபிலோனியக் காவல் தெய்வமான 'மார்டுக்' கோயில்களில் தான் நீதிமன்றங்கள் செயல்பட்டன, கோர்ட்டுக்குப் பெயர் 'புரம்' (தமிழ் அந்தப் 'புரத்'தில் வருவதுபோல!).

'மொழி' என்பதைத் தொடர்ந்து 'எழுத்து' மெஸபொடேமியாவில்தான் கண்டுபிடிக்கப்பட்டது என்பது மொழி ஆய்வாளர்களின் கருத்து. கி.மு. 4000-த்திலேயே அங்கு 'களிமண் பேப்பரில்' சட்டங்கள், உடன்பாடுகள், அட்டவணைகள் - லெட்ஜர்கள் போல தயாரிக்கப்பட்டன. போகப் போக, பேசுகிற மொழியைப் பிரித்து தனிப்படுத்தி ஒவ்வொரு எழுத்துக்கும் குறியீடுகள் கண்டுபிடிக்கப்பட்டன! காகிதம் இன்னும் வரவில்லையென்பதால் ஈரக் களிமண்ணை பரப்பி அதில் எழுத்தாணியால் எழுதி, அது உலர்ந்தவுடன் இன்னொரு ஈரக் களிமண் 'பேப்பரால்' அதை பேக்கிங் செய்து 'சீல்' வைத்து விடுவார்கள். அதை (கீழே போட்டு உடைக்காமல்!) ஜாக்கிரதையாகக் கொண்டுசெல்ல வேண்டும். பெற்றுக் கொண்டவர் 'பார்சலை' லேசாகத் தட்டி உதிர்த்தால் போதும் - உள்ளே லெட்டர்!

ஆயிரக்கணக்கான குறியீடுகளை வேகமாகக் களிமண்ணில் எழுத 'கல்வியறிவு' ரொம்பத் தேவைப்பட்டதால், இதற்காக ஹமுராபி

ஸ்பெஷல் பள்ளிக்கூடங்கள் ஆரம்பித்தார்! அங்கு சட்டம், மருத்துவம், அரசியல் போன்ற விஷயங்களை எழுதுவதற்கு தனித்தனியாகப் பயிற்சி அளிக்கப்பட்டது.

எழுத்து என்பது இப்படியாக முழு உருவம் பெற சுமார் எண்ணூறு ஆண்டுகள் பிடித்ததாகக் கூறப்படுகிறது! மொழி மனிதனின் கைவசப்பட்டவுடன் அடுத்தகட்டமாக இலக்கியம் வந்துவிட்டது! கி.மு. 2600-ல் பாபிலோனியர்களால் எழுதப்பட்ட சிறுகதைகள், புராணங்கள், சுற்றுலா தகவல்கள், மன்னர் மேற்கொண்ட வேட்டைகள் போன்றவை தொல்பொருள் ஆராய்ச்சிகளில் கண்டுபிடிக்கப்பட்டிருக்கிறது!

பழமொழிகளைக் கூட பாபிலோனியர்கள் விட்டு வைக்கவில்லை! உதாரணமாக அக்காலத்தில் அங்கு அழகு நிலையங்கள் பெண்கள் கூடும் இடமாக இருந்திருக்க வேண்டும்! ஒரு களிமண் குறிப்பில் 'அழகு நிலையங்கள் இருந்தால் அங்கே கிசுகிசுவும் கூடவே இருக்கும்!' என்கிற பழமொழி ஒரு கல்வெட்டில் கிடைத்திருக்கிறது! இன்றளவும் பின்பற்றப்படும் 'வியாபாரத்தில் நண்பர்கள் கிடையாது!' என்கிற பழமொழியும் கண்டெடுக்கப்பட்டிருக்கிறது!

எல்லா உலக 'நாகரிகங்களை'ப் போலவே மெஸபொடேமியாவிலும் பெண்கள், ஆண்களின் கட்டுப்பாட்டுக்குள்தான் இருந்தார்கள். ஆண்களின் பலத்துக்கு முன் பெண்கள் அடங்கிப் போய் அவர்களின் விருப்பத்திற்கிணங்கப் பயன்படுத்தப்பட்டார்கள். இருப்பினும், ஹமுராபி (பெண்களுக்கான) சில சட்டங்களை செயல்படுத்தினார்..

உதாரணமாக கணவன் ஆண்மையில்லாதவராக இருந்தாலோ, பெண்ணுக்குக் குழந்தை பெறாமல் இருந்தாலோ 'டைவர்ஸ்' செய்து கொள்ளலாம் என்பது ஒரு சட்டம். திருமணத்துக்கு முன்பு இரு தரப்பினரும் சீர் வரிசை தந்தாக வேண்டும். திருமணம் முறிந்தால் அது திருப்பிப் பெறப்படும்!

திருமணம் சம்பந்தப்பட்ட ஒரு விசித்திரமான சம்பிரதாயம் அப்போது பாபிலோனியாவில் இருந்தது! ஒரு பெண்ணுக்கு நிச்சயதார்த்தம் நிகழ்ந்த பிறகு ஒரே ஒருமுறை அவள் இஷ்தார் என்னும் பெண் கடவுளின் ஆலயத்துக்குச் செல்ல வேண்டும். அங்கு அவளை முன்னின்று வரவேற்கும் முதல் இளைஞனுடன்

அவள் உடலுறவு கொள்ளலாம்! அநேகமாக சம்பந்தப்பட்ட பெண்ணுக்குப் பிடித்த இளைஞர்தான் அவளுக்காகக் காத்திருப் பார் என்பதைப் புரிந்துகொள்ள முடிகிறது! இந்த 'ஒரு அனு மதி'க்குப் பிறகு பாபிலோனியப் பெண் கற்புள்ளவளாகத்தான் வாழ்ந்தாள்! இந்த 'சுதந்தரமான ஒரே ஒரு அனுபவம்' மட்டும் பெண்ணுக்கு ஏன் ஏற்படுத்தித் தந்தார்கள் என்பது ஆராய்ச்சி யாளர்களுக்குப் புரியாத புதிராக இருந்து வருகிறது. முதல் இரவுக்கு முன்பு ஓர் அனுபவம் தேவைதான் என்று அவர்கள் கருதியதால் இருக்குமோ?!

இப்போது ஐயர் ஸ்கூட்டரில் சென்று பல வீட்டு நிகழ்ச்சிகளை நடத்தி வைப்பது போல, அன்று பாபிலோனிய பூசாரிகளும் கழுதை வண்டிகளில் பல கோயில்களுக்கு 'ரவுண்ட்ஸ்' சென்று பூசைகளை நடத்தினர். பொதுவாக மன்னருக்கு அடுத்தபடி பூசாரிகள், ஜோசியர்கள், களிமண்ணில் விறுவிறுவென்று எழுது வதில் தேர்ந்த ஸ்டெனோக்கள் பாபிலோனியாவில் பெரிதும் மதிக்கப்பட்டனர். அடுத்து, இலக்கியவாதிகளுக்கு முக்கியத் துவம் வந்தது!

பாபிலோனியாவில், 'ஊர்' என்ற நகரத்தில் கி.மு. 2100 காலத்திய 'களிமண் குறுநாவல்' ஒன்று கிடைத்திருக்கிறது! நமது ராமா யணம், மகாபாரதத்துக்கு இணையான உலகப் பெரும்காப்பிய மாக அந்தப் புராணக் கதை இன்றும் கருதப்படுகிறது. அதில் ஊடுருவியிருக்கும் கற்பனையும், திருப்பங்களும், யுக்திகளும், சிருங்காரமும் நம்மை பிரமிப்போடு மூக்கில் விரலை வைக்கச் செய்யும்!

கில்கெமேஷ் – எங்கிடு.. ஒரு துவந்த யுத்தம்!

உலகெங்குமே நாகரிகங்கள் துளிர்ந்து வேரூன்றியவுடன் 'ஏதோ வாழ்ந்தோம். போனோம்' என்று மனிதன் சும்மாயிராமல் இலக்கியம், சிற்பம், ஓவியம் என்று ஏராளமான கலைகளில் ஏக ஆர்வத்துடன் இறங்கியது ஆச்சரியம்தான்! இந்த முயற்சியும் சாதனையும் மனித வாழ்க்கையோடு பின்னிப் பிணைந்து காலந்தொட்டு மாறாமல் இருந்து வந்து, மனிதன் என்பவன் விசேஷமானவன். வித்தியாசமானவன் என்பதை நிர்ணயித்து வருகிறது!

இந்த வகையில், பாபிலோனியர்கள் உருவாக்கிய 'கில்கெமெஷ் காப்பியம்' உலகின் மிகச் சிறந்த இலக்கியப் படைப்புகளில் ஒன்றாகக் கருதப்படுகிறது.

நம்முடைய ராமாயணம், மகாபாரதம், கிரேக்கர்களின் 'இலியத்' இதற்கெல்லாம் 'கொள்ளுத்தாத்தா' கில்கெமெஷ் காப்பியம்! கதாபாத்திரங்களும் ராமர், கிருஷ்ணர் போல ஆச்சரியமானவர்கள்தான்! பாபிலோனியாவில் ஐந்தாயிரம் ஆண்டுகளுக்கு முன்பு (குறிப்பாக கி.மு.2700-ல்) வாழ்ந்த நிஜக் கதாபாத்திரம் கில்கெமெஷ் என்று கூறப்

10

சூப்பர் ஸ்டார் கில்கெமெஷ்

பட்டாலும் அவரைப் பற்றிய வரலாற்றுக் குறிப்புகள் எதுவும் கிடைக்கவில்லை. ஆனால், பகுதிப் பகுதியாகக் கிடைத்த கல்வெட்டு களை வைத்து இணைத்து உலகின் முதற்பெரும் இலக்கியமான கில்கெமெஷ் காப்பியத்தை முழுசாகத் தொல்பொருள் ஆராய்ச்சி யாளர்கள் உருவாக்கி உலகுக்குத் தந்திருப்பது நம் அதிர்ஷ்டமே!

அயோத்தி மாதிரி, யூப்ரேடிஸ் நதிக்கரையில் அமைந்த 'ஊருக்' என்ற ராஜ்ஜியத்தை ஆண்ட மன்னர் கில்கெமெஷ். ஆரம்பத்தில், அவர் பெண்களோடு சல்லாபித்துக்கொண்டும், ஆண்களிடம் அதீதமாக வேலை வாங்கிக் கொண்டும், கடுமையாக சர்வாதிகார ஆட்சி செய்து வந்தார்! வெறுத்துப்போன குடிமக்கள் ராஜ்ஜியத் தின் எல்லைத் தெய்வமான 'அனு'விடம் தங்கள் சிரமங்களைச் சொல்லி முறையிடுகிறார்கள். அனு, அவர்கள் சார்பில் படைப்புக் கடவுளான 'அரூருக்'கிடம் சிபாரிசு செய்ய - பெண் கடவுளான அரூருக் களிமண்ணைக் குழைத்து ஒரு புதிய மனிதனை பிரத்யேகமாக உருவாக்குகிறாள். ஆஜானுபாகுவான, மகாவீரனான அந்த மனிதனுக்கு 'எங்கிடு' என்று பெயர் சூட்டு கிறாள். 'கில்கெமெஷ் உடன் போரிட்டு அவன் கொட்டத்தை அடக்கி மக்களைக் காப்பாற்று!' என்று அரூருக் ஆணையிட, பாபிலோனிய காடுகளில், சரியான சந்தர்ப்பத்தை எதிர்பார்த்து திரிந்து கொண்டிருக்கிறான் எங்கிடு. அடிப்படையில் சூது, வாது, காமம் எதுவும் இல்லாமல் புனிதமாகப் படைக்கப்பட்ட எங்கிடு அசாத்தியமான பலம் பொருந்தியவனாக இருக்கிறான். பீமன், ஹெர்குலிஸ் எல்லோருக்கும் முன்னோடி எங்கிடு!

காட்டில் உள்ள விலங்குகளெல்லாம் அவனுக்கு நண்பர்களாகி விட எங்கிடு அவற்றின் பாதுகாவலனாக ஆகிறான். யாராலும் காட்டுக்குள் சென்று வேட்டையாட முடியாத நிலை ஏற்பட, அதனால் கில்கெமெஷுக்குக் கோபம் வர, காரணம் கேள்விப் பட்டு போருக்குத் தயாராகிறார் மன்னர். அவரிடம் எங்கிடு தோன்றிய பின்னணியை பூசாரிகள் விளக்குகிறார்கள். 'எங்கிடு விடம் தெய்வீக சக்தி இருப்பதால் அவனை உங்களால் வெற்றி கொள்வது சிரமம்! ஆகவே முதலில் அவனை சாதாரண மனித னாக ஆக்க நாம் ஏதாவது சூழ்ச்சி செய்ய வேண்டும்' என்று மன்னரை எச்சரிக்கிறார்கள். சிந்தனை வயப்படும் கில்கெமெஷ் முகம் மலர்கிறது. திட்டம் உருவாகிறது. அதன்படி, இஷ்டார் கோயிலில் பணிபுரியும் பேரழகியான நாட்டியக்காரி ஒருத்தி காட்டுக்கு அனுப்பப்படுகிறாள்.

விசுவாமித்திரரை மயக்க மேனகையை இந்திரன் அனுப்பியது போல, அந்தப் பேரழகி - எங்கிடுவை தன் கவர்ச்சியால் வளைத்துப் போட, அவளோடு உடலுறவு கொள்கிறான் எங்கிடு. உடனே அவனுடைய தெய்வீக பலம் அகன்று விடுகிறது. விலங்குகள் கூட தலைகுனிந்தவாறு அவனை விட்டு விலகிப்போகின்றன. மறுநாள் எங்கிடு துயில்நீங்கி நிமிர்ந்தால், எதிரே புஜங்களை உயர்த்தியவாறு ஏளனப் புன்னகையுடன் கில்கெமெஷ்! பீமன் - துரியோதனன் போல இருவருக்கும் துவந்த யுத்தம் நடக்கிறது. நாள் முழுவதும் மோதிக்கொண்டும் இருவரும் களைப்படைந்ததுதான் மிச்சம். வெற்றி, தோல்வி இல்லாமல் சண்டை 'டிரா'வில் முடியவே, இருவரும் நண்பர்களாகின்றனர். தான் செய்த தவறுகள் புரிந்து கில்கெமெஷும் திருந்த, இருவரும் வடக்கு நோக்கி 'அட்வெஞ்ச்சர்கள்' செய்யக் கிளம்புகின்றனர். ஆனால் வடக்கே உள்ள பெரிய காட்டையும், மலையையும் கடக்க முடியாமல் அவர்களை வழிமறிக்கிறது ஹும்பாபா என்கிற - வாயிலிருந்து நெருப்பை உமிழும் - ராட்சதன் (ஹும்பாபா எரிமலையின் உருவகம் என்று சொல்லப்படுகிறது!) இருவரும் இணைந்து போரிட்டு ஹும்பாபாவை ஒருவழியாகத் தோற்கடிக்கின்றனர். கீழே விழுந்து கிடக்கும் ஹும்பாபா 'என்னைக் கொல்லாதீர்கள்!' என்று இறைஞ்ச கில்கெமெஷ் ஒப்புக்கொள்ளும் சமயத்தில் எங்கிடு அவசரப்பட்டு அந்த ராட்சதனின் தலையைக் கொய்து விடுகிறான்.

துண்டான ஹும்பாபாவின் தலையை கையிலேந்திக் கொண்டு இருவரும் பூமி, வாயு, புயல் இலாகாக்களின் அதிபதியான என்லில் என்னும் கடவுளிடம் போக, என்லில் கண்கள் சிவக்கின்றன. 'காடுகளையும், மலைகளையும் பாதுகாக்க என்னால் படைக்கப்பட்டவன் ஹும்பாபா. அவனை ஏன் கொன்றீர்கள்?' என்று கர்ஜிக்கிறார் அந்தக் கடவுள். ஹீரோக்கள் இருவரும் மண்டியிட்டு மன்னிப்புக் கேட்டும் பலனில்லை. 'உங்களைப் பிறகு கவனித்துக் கொள்கிறேன்!' என்று எச்சரித்துவிட்டு போய் விடுகிறார் என்லில்! (ஹும்பாபா கொல்லப்பட்டதால்தான் இன்றளவும் காடுகளை மனிதர்கள் வெற்றிகரமாக அழித்துக் கொண்டிருக்கிறார்கள்!).

கில்கெமெஷும், எங்கிடுவும் தாங்கள் 'ஊருக்' ராஜ்ஜியத்துக்குத் திரும்புகிறார்கள். கில்கெமெஷின் கம்பீரமான அழகை கொஞ்சகாலமாகவே நோட்டம் விட்டுக்கொண்டிருக்கிற பெண்

கடவுளான இஷ்டார் அவர் மீது இஷ்டப்(!)படுகிறாள். 'எந்தக் கடவுளைப் பற்றியும் கவலைப்படாதே. நான் உன்னைப் பாதுகாக்கிறேன்!' என்று சொல்லி கில்கெமெஷை அவள் தழுவிக்கொள்ள முனைகிறாள். அது ஆபத்தான தழுவல்...!

இஷ்டாருக்கு ஏராளமான காதலர்கள் உண்டு. சிங்கம், குதிரை, எருது எல்லாவற்றோடும் உறவு கொள்பவள் அவள். தேவ லோகத்துத் தோட்டங்களைப் பராமரிக்கும் தோட்டக்காரர் இஷுல்லானா என்பவர் மீது காதல் வயப்பட்டாள் இஷ்டார்.

அவருடன் உறவு வைத்துக்கொண்டு, பிறகு அவரை ஒரு 'பரு'வாக மாறும்படி சபித்து நிரந்தரமாகக் கன்னத்தில் வைத்துக் கொண்டு விட்டாள். இதையெல்லாம் நினைவுபடுத்தி 'உங்கள் இச்சைக்கு நான் இணங்க முடியாது!' என்று மறுக்கிறார் கில்கெமெஷ்.

கோபம் கொள்ளும் இஷ்டார் தலைமைக் கடவுளான 'அனு'விடம் முறையிட, அனு கில்கெமெஷைத் தண்டிக்க வேண்டி தேவ லோகத்திலிருந்து அசுர எருது ஒன்றை அனுப்புகிறார். பெரும் போராட்டத்துக்குப் பிறகு கில்கெமெஷ், எங்கிடு - இருவரும் சேர்ந்து அந்த எருதைக் கொன்று விடுகிறார்கள்.

'மகாவீரர்களாக இருந்தாலும் உங்களுக்கு அகங்காரம் நிறைய இருக்கிறது. ஆகவே நீங்கள் விரைவில் முதுமையடைந்து பல மிழந்து இறந்து போவீர்கள்!' என்று கில்கெமெஷ், எங்கிடுவைப் பார்த்து சபிக்கிறார் அனு. வருத்தத்துடன் தூங்கப்போகும் கில்கெமெஷ் கனவில் ஒரு தேவதை வந்து 'மரணலோகத்தை' அவருக்குச் சுற்றிக் காட்டுகிறது. சாப்பாட்டுப் பிரியரான கில் கெமெஷுக்கு, நரகத்தில் சாப்பிடுவதற்கு களிமண், தொட்டுக் கொள்ள தூசி - இதுதான் உணவு என்பது தெரிந்து நடுங்கிப் போகிறார். இதற்குள் எங்கிடு இறந்துபோக, சாகாவரம் பெற்ற ஒரே மனிதர் உத்னபிஷ்டிம் மட்டுமே என்று கேள்விப்பட்டு அவரிடம் ஓடுகிறார் கில்கெமெஷ். உலகையே மூழ்கடித்த பிரளயத்தில் கடவுள் கருணையால் தப்பித்த ஒரே மனிதர் உத்னபிஷ்டிம் (நோவா மாதிரி!). அவர் தில்முன் என்கிற தீவில் தங்கியிருக்கிறார் (அதுவே இன்றைய பஹ்ரெய்ன் என்கிறார்கள் சரித்திர ஆராய்ச்சியாளர்கள்!). நூற்றுக்கணக்கான மைல்கள் பயணித்து, கடல்களைக் கடந்து உத்னபிஷ்டிம் காலடியில் வீழ்கிறார் கில்கெமெஷ். அவரோ 'நான் மிகச் சிறந்த வாழ்க்கை

வாழ்ந்ததால் இறைவன் கருணைகொண்டு எனக்கு சாகாவரம் தந்தார். நீ தவறுகள் நிறையச் செய்தவன். இருப்பினும், ஒரு வழி இருக்கிறது. இன்றிலிருந்து ஆறு நாட்கள், ஆறு இரவுகள் நீ தூங்காமல் தவம் செய்தால் சாகாவரம் கிடைக்கப் பெறுவாய்!' என்று சொல்கிறார்.

பயணக் களைப்பு காரணமாக முதல் இரவிலேயே கில்கெமெஷ் உறங்கித் தொலைத்து விடுகிறார். இருப்பினும், இரக்கத்துடன் உத்னபிஷ்டிம், 'சரி, போகட்டும், இன்னொரு சான்ஸ் தருகிறேன்! அதோ, அந்தக் குளத்தின் ஆழத்தில் உள்ள ஒருவித செடியைப் பறித்துக்கொண்டு கரைக்கு வந்தவுடன் அதைச் சாப்பிடு. சாகாவரத்துக்கு கடவுளிடம் சிபாரிசு செய்கிறேன்!' என்கிறார். செடியை எடுத்து வரும் கில்கெமெஷ் கரைக்கு வந்தவுடன் கவனக்குறைவாக தரையில் செடியை வைத்துவிட்டு கையலம்பிக் கொள்ள, ஒரு பாம்பு நைசாக வந்து அதைச் சாப்பிட்டு விடுகிறது. உடனே பாம்பு ஜொலித்தவாறு தன் தோலை உரித்துக்கொண்டு 'புதுப்பிறவி' எடுக்கிறது (பாம்பு தோல் உரிப்பது அன்றிலிருந்துதான்!).

இந்த சான்ஸூம் போக, சோகத்தில் துவண்டு போகும் கில்கெமெஷை கனிவும், கருணையும் கொண்ட பெண் கடவுள் சிதூரி வரவழைத்து 'சாகாவரத்துக்கெல்லாம் ஆசைப்படாதே. இருக்கிற வாழ்க்கையை ரசிக்கக் கற்றுக் கொள். ஒயின் குடி, விருந்து சாப்பிடு, நண்பர்களோடு உரையாடு, மனைவியோடு மகிழ்ச்சியாக இரு, குழந்தைகளைக் கொஞ்சு! மரணம் வரும் போது நேர் கொள்! அதுதான் மனிதனால் முடியும். வாழ்வது முக்கியமல்ல. வாழ்க்கையில் நீ சாதிப்பதும், விட்டு விட்டுப் போகிற நல்ல விஷயங்களும்தான் முக்கியம்! நீண்டகாலம் வாழ்ந்து, சாதாரண மனிதர்களைப் போல இறந்து போவாயாக!' என்று சொல்லி விட்டு மறைகிறாள்.

கில்கெமெஷூக்கு மன அமைதி ஏற்படுகிறது. பிறகு இறைபக்தியுடன் சான்றோனாக ஆட்சி செய்து மக்கள் நன்மதிப்பைப் பெற்று மரணமடையும் அவனுக்காக பாபிலோனிய சாம்ராஜ்ஜியமே கண்ணீர் வடித்து அவர் நினைவைக் காப்பியமாக்கி இன்றளவும் போற்றுகிறது!

ரத்தம் குடிக்கும் செக்ஸ் தேவதை

இலக்கியத்தில் புகுந்து விளையாடிய பாபிலோனியர்கள் இன்னும் சில விஷயங்களிலும் முன்னோடியாக இருந்தார்கள்.

பாபிலோனியாவில் ஊர் மையத்தில் கோயிலும், அதையொட்டி அரண்மனையும் அமைந்திருக்க, சுற்றிலும் உள்ள தெருக்களில் சாமானியர்கள் வசித்தார்கள். முக்கால்வாசி வீடுகள் 400 சதுர அடி அளவில்தான் இருந்தன. நிலப்பற்றாக் குறை அப்போது இல்லையென்றாலும் ஏன் அவ்வளவு சிறிய வீடுகளில் மக்கள் வசித்தார்கள் என்று தெரியவில்லை. அரசாங்க ஆணையாக இருக்கலாம்!

செங்கற்களை அடுக்கி களிமண் பூசப்பட்ட வீடுகளின் கதவுகளையும் கூரையைத் தாங்கும் உத்தரங்களையும் மரத்தால் தயாரித்தார்கள். மெஸபொடேமியாவில் மரங்கள் குறைச்சலாக இருந்ததால், வெகு தூரத்திலிருந்து வண்டியில் மரங்கள் கொண்டு வரப்பட்டன.

எல்லா வீடுகளிலும் நிச்சயமாக பூஜை அறை உண்டு. பல்வேறு விதமான

11

நள்ளிரவு தேவதை

கடவுள்களை மக்கள் வழிபட்டார்கள். குடும்பங்களுக்கு என்று பிரத்யேகக் குலதெய்வங்களும் உண்டு!

மரணத்தை பாபிலோனியர்கள் புனிதமாகக் கருதினார்கள். இறந்த பெரியவர்களின் உடல்கள் பூஜை அறைக்குக் கீழேயே பாதாள அறை ஒன்றில் புதைக்கப்பட்டன! அப்போதுதான் பெரியவர்களின் ஆவிகள் தொடர்ந்து வாரிசுகளை ரட்சிக்கும் என்று நம்பப்பட்டது!

முதன் முதலில் உலகில் கோயில் திருவிழாக்களைத் தொடங்கியதும் பாபிலோனியர்கள்தான். மாதந்தோறும் மூன்று திருவிழாக்கள் கொண்டாடப்பட்டன. திருவிழாவில் கடவுளை 'உற்சவர்' ஸ்டைலில் வீதி உலா எடுத்துச் சென்றனர். ஒரு கடவுளை 'ஏளச்செய்து' இன்னொரு கோயிலில் உள்ள கடவுளைச் சந்திக்கவைக்கும் சம்பிரதாயங்களும் உண்டு!

அரண்மனையைத் தவிர, ஒவ்வொரு கோயிலிலும் ஆஸ்தான ஜோசியர் உண்டு. ஆடு ஒன்றை வெட்டி அதன் கல்லீரலை 'செக்' பண்ணி அதிலிருந்து அவர்கள் ஜோதிடம் சொன்னார்கள். நல்ல சம்பாத்தியம்!

இறந்தவர்களுக்காக ஒப்பாரி வைக்க அலிகள் குழுக்களும் இருந்தன. அவர்களும் 'கோயில்தாசிகள்' போலத்தான்! ஹோமோசெக்ஸில் விருப்பம் உள்ளவர்கள் அவர்களை தாராளமாகப் பயன்படுத்திக் கொள்ளலாம்!

நகரின் மையத்தில் கடை வீதி இருந்தது. வியாபாரிகளுக்கு 'தம்காருன்' என்று பெயர். பண்டமாற்றம்தான்! பாபிலோனிய சமுதாயம் செழிப்பாக வளர்ந்திருந்தபோதே எகிப்திலும், இந்தியாவிலும், சீனாவிலும் நாகரிகங்கள் மிளிர ஆரம்பித்து விட்டன. ஓமானிலிருந்து (அப்போது அதன் பெயர் மேகான்) தாமிரம் (Copper) கொண்டு வரப்பட்டது. இந்தியாவில், சிந்துச் சமவெளியிலிருந்து மாணிக்கக் கற்களை பாபிலோனியர்கள் வரவழைத்தார்கள்! தங்கம், வெள்ளி துருக்கியிலிருந்து வந்தன!

பாபிலோனியர்கள் பால் அருந்துவதைத் தவிர்த்தார்கள். அது மருந்து செய்ய மட்டுமே பயன்படுத்தப்பட்டது. மற்றபடி அவர்கள் மீன், தயிர், இறைச்சி இவற்றோடு, காய்கறிகள் - வெள்ளரிக்காய், வெங்காயம், கீரை வகைகள், பூண்டு, பேரிச்சை,

திராட்சை, மாதுளை, எலுமிச்சை இவற்றைப் பயன்படுத்தி னார்கள்.

ஓர் ஆச்சரியம் - இஸ்லாமியப் பழக்க வழக்கங்கள் வர இன்னும் சில ஆயிரம் ஆண்டுகள் இருந்தாலும், அப்போதே மெஸபொ டேமியாவில் பன்றி இறைச்சி தடை செய்யப்பட்டிருந்தது! பன்றி யின் கொழுப்பை 'ஆயில்' ஆக மட்டுமே பயன்படுத்தினார்கள்.

மொத்தத்தில் சீரான உணவை உட்கொண்ட பாபிலோனியர்கள் மிகவும் ஆரோக்கியமாக வாழ்ந்தார்கள். கிரேக்க வரலாற்று ஆசிரியரான ஹிரோடோட்டஸ், 'பாபிலோனியாவில் சம்பாதிக்கச் சிரமப்பட்டவர்கள் மருத்துவர்கள் மட்டுமே!' என்று தமாஷாகக் குறிப்பிடுகிறார்.

கடவுள்களை வழிபட்ட பாபிலோனியர்களை துர்தேவதைகளிடம் நடுங்கினார்கள்.

குறிப்பாக லிலித் என்னும் பெண் பூதம்! எப்போதும் பிறந்த மேனியோடு பாதிப்பெண் - பாதிப்பறவையாக இருக்கும் நள்ளிரவுத் தேவதை லிலித். ஆகவே, அவளோடு காவலுக்கு இரு ஆந்தைகள் எப்போதும் (கறுப்புப் பூனைகள் மாதிரி கறுப்பு ஆந்தைகள்!) கூடவரும் (மெஸபொடேமியாவில் ஆந்தை - மரணத்தைக் குறிக்கும்). சிங்கங்கள்கூட அவளுக்கு அடங்கி யிருந்தன.

இச்சைமிகுந்த லிலித் இரவில் ஊர்மீது வட்டமடித்து, ஆண்கள் தூங்கும்போது கீழே 'டைவ்' அடித்து இறங்கி அவர்களை உசுப்பிவிட்டு உடலுறவு கொள்வாள் (சொப்பன ஸ்கலிதம்!). யூதர்களின் புராண சட்ட நூலான 'தால்முத்'திலும் லிலித் பற்றி குறிப்புகள் உண்டு. ஆதிமனிதனான ஆதாமின் முதல் மனைவி லிலித் என்கிறது யூதபுராணம்!

கடவுள் ஆதாமைப் படைத்த பிறகு களிமண்ணை எடுத்து ஒரு பெண்ணுருவம் செய்து அதற்கு உயிர் கொடுத்தார். அது என்ன களிமண்ணோ! - லிலித் கொடூரமானவளாக விளங்கி ஆதாமை உண்டு இல்லையென்று பண்ணிவிட்டாள். அவளுக்குப் பிறந்த குழந்தைகளும் அவலட்சணமாக, அரக்கத்தன்மை வாய்ந்ததாக அமைந்தன. கடவுள் அவளைச் சபித்து, மீண்டும் ஆதாமின் விலா எலும்பை எடுத்து ஏவாளைப் படைத்தார். லிலித் ஆத்திரத்துடன் ஓடிப்போய் சாத்தானிடம் அடைக்கலம் ஆனாள்.

அதிலிருந்து, இரவு நேரங்களில் செக்ஸுக்காக அலைவதும், குழந்தைகளைக் கண்டால் அவர்களைத் தூக்கிச் சென்று ரத்தத்தை உறிஞ்சிக் குடிப்பதுமாக வாழ்ந்தாள். இப்போதும்கூட, ஆணும் பெண்ணும் உடலுறவு கொள்ளும்போது கண்களுக்குத் தெரியாமல் அவர்களருகில் அமர்ந்து ஆணின் உயிரணுக்கள் ஏதேனும் தெறித்துவிழுந்தால் அதைக் கைப்பற்றி பூதங்களை உருவாக்க (Artificial insemination!) பயன்படுத்துவது அவளுடைய 'ஹாபி' என்று கூறப்படுகிறது!

ஹமுராபி காலத்திய லிலித் சிலை ஒன்றை தொல்பொருள் ஆராய்ச்சியாளர்கள் தோண்டியெடுத்திருக்கிறார்கள்.

ஹமுராபி காலத்தில் சட்ட வல்லுநர்கள் மட்டுமல்ல, கணிதத்தில் கில்லாடிகளும் நிறைய இருந்தனர். கூட்டல், கழித்தல், பெருக்கல் எல்லாம் அவர்களுக்குத் தெரிந்திருந்தது. வீடுகள் கட்ட, வாய்க் கால் ஓரமாகக் கரையெழுப்ப எவ்வளவு கற்கள் தேவை என்பதெல்லாம் முன் கூட்டியே கூட்டிக் கழித்து அளந்து கரெக்டாகத் தயாரித்தார்கள்.

பாபிலோனியர்கள் அடிப்படையில் விரல்களை உபயோகித்து 10 வரை எண்ணினார்கள். பிறகு பத்துப் பத்தாகக் கூட்டிக்கொண்டு போனார்கள். 10க்குப் பிறகு 100 அல்ல, 60தான்! இந்த அறுபதை அடிப்படையாக வைத்து, வட்டத்தை 360 டிகிரிகளாகப் பிரித்து, பிறகு ஒவ்வொரு டிகிரியையும் 60 நிமிடங்களாகவும், ஒவ்வொரு நிமிடத்தையும் அறுபது விநாடிகளாகவும் பிரித்தார்கள்! அதன்படி ஒரு நாளை இரண்டு 12 மணிகளாகப் பிரித்ததும் அவர்கள்தான். பிற்பாடு உலகில் டெஸிமல் முறை வந்தாலும், இன்றளவும் உலகெங்கும் மணி என்பது 60 நிமிடங்களாகவும் ஒரு நிமிடம் 60 விநாடிகளாகவும் தொடரக் காரணம் - பாபிலோனியர்களே!

இன்றைக்கும் சிறந்த கணிதப் பேராசிரியர்களாக விளங்கி மாண வர்களின் உயிரை வாங்குபவர்கள் ஐயாயிரம் ஆண்டுகளுக்கு முன் ஒரு ஜன்மத்தில் பாபிலோனிய கணக்கு வாத்தியாராக இருந்திருக்க வேண்டும் என்று ஓர் ஊகம் உண்டு!

அடுத்து,

லிலித் தேவதை நம்மைப் பார்ப்பதற்குள் நழுவி - இந்தியா பக்கம் சற்று எட்டிப் பார்ப்போம்...!

மொஹெஞ்ஜோதாரோ கண்டு பிடிப்புகள்

இறந்தவர்கள் மேடு!

'இந்தியாவுக்கென்று பழங்காலச் சரித்திரமோ, பண்டைய வரலாறோ கிடையாது. கி.மு. 1000-ல்தான், ஆரியர்களின் பிரவேசத்துக்குப் பிறகு இந்தியாவில் நாகரிகம் என்று ஒன்று மிளிரவே ஆரம்பித்தது. அதற்குப் பிறகே இங்கே நகரங்கள் தோன்றின. உருப்படியான முதல் ஊர் அசோகரின் தலைநகராக விளங்கிய பாட்னா என்று அழைக்கப்படும் பாடலிபுத்திரம்!' - இப்படித்தான் உலகெங்கும் உள்ள தொல்பொருள் ஆராய்ச்சியாளர் களும், வரலாற்று மேதைகளும் திட்ட வட்டமாக ரொம்ப காலத்துக்கு நம்பிக் கொண்டிருந்தார்கள்.

1921-ல் அந்த அதிசயம் நிகழ்ந்தது! 'இந்திய ஆர்க்கியாலஜிகல் சர்வே'யில் பணிபுரிந்து வந்த தாஸ் பானர்ஜி என்னும் அதிகாரி சிந்துநதிச் சமவெளி யில் கி.பி.200-ம் ஆண்டைச் சேர்ந்த ஒரு பௌத்த மத ஸ்தூபியை ஆராய்ந்து கொண்டிருந்தார். அருகே, எதேச்சை யாகத் தோண்டியதில் சரேலென்று மண்ணுக்கடியிலிருந்து சில படிகள் எட்டிப் பார்த்தன! அனுபவம் மிகுந்த பானர்ஜியின் நாடித் துடிப்புகள்

12

அதிகமானது! மேலும் ஆர்வத்துடன் தோண்டத் தோண்ட, அவர் முன்னே விரிந்த காட்சி, பிறகு உலகத்தையே தட்டி எழுப்பி உட்கார வைத்தது!

பாபிலோனியா, எகிப்துக்கு இணையாக இந்தியாவும் பண்டைய நாகரிகம் கொடி கட்டிப் பறந்த நாடு என்கிற தகவல் பரவிய உடனே, உலகின் பல பகுதிகளிலிருந்து தொல்பொருள் ஆராய்ச்சியாளர்கள் பரபரப்போடு இந்திய வடமேற்குப் பகுதிக்கு வந்து குவிந்தார்கள்!

பானர்ஜி அங்கு வருவதற்கு நூறு ஆண்டுகளுக்கு முன்பிலிருந்தே சிந்துச் சமவெளியில், சந்தேகத்தை எழுப்பக்கூடிய சில மேடுகளும், இடிபாடுகளும் இருப்பது பற்றி ஆங்கிலேய தொல்பொருள் ஆராய்ச்சியாளர்கள் குறிப்புகள் எழுதியதுண்டு. 1826-ல் அங்கு வந்த சார்லஜ் மேஸன் என்னும் ராணுவ அதிகாரி, 'இந்தப் பகுதியில் பூமிக்கடியில் கோட்டைகள் இருப்பதாகத் தெரிகிறது' என்று குறிப்பெழுதினார்!

1831-ல் பிரிட்டிஷ் மன்னர் அனுப்பிய ஐந்து குதிரைகளை மகாராஜா ரஞ்சித் சிங்குக்குப் பரிசாக வழங்குவதற்காக அலெக்ஸாந்தர் பர்ன்ஸ் என்னும் தூதர் பஞ்சாப் வந்தார். அப்படியே சிந்துசமவெளிப் பகுதிக்கு அவர் சுற்றுப்பயணம் சென்றபோது அங்கே புதையுண்டிருந்த சுவர்கள், படிக்கட்டுகள்- பர்ன்ஸ் புருவங்களை உயர்த்தின. அருகாமையில் இருந்த கிராமத்தில் வசித்த மக்களும் 'ஆமாங்க ஐயா! இங்கே பழங்காலத்துலே ஒரு பெரிய ராஜ்ஜியமே இருந்துச்சு. ராஜா ஏதோ தப்புப் பண்ணிட்டாராம். உடனே கடவுளுக்குக் கோபம் வந்து ஊரையே அழிச்சுட்டாருன்னு எங்க கொள்ளுத்தாத்தாங்க காலத்திலேர்ந்து சொல்வாங்க!' என்று பர்ன்ஸிடம் கூறினார்கள். அதன் பிறகும் அரசாங்கம் பெரிதாக நடவடிக்கை எதுவும் எடுக்கவில்லை.

சரிதானென்று கிராம மக்கள் அங்கிருந்து கற்களை எடுத்துக் கொண்டு சென்று வீடுகள் கட்டவும், சுவர்கள் எழுப்பவும் பயன்படுத்த ஆரம்பித்தார்கள். 1856-ல் பிரிட்டிஷ் நிர்வாகமும் அதே தவறைச் செய்தது. லாகூர் - முல்தான் பகுதிகளை இணைக்க ரெயில் பாதை அமைக்கப்பட்டபோது தண்டவாளத் துக்கு இடையில் போடுவதற்காக கற்கள் தேவைப்பட்டன. உடனே சிந்துச் சமவெளியில் வெளிப்பட்டிருந்த சுவர்களை

உடைத்து கற்களை ரெயில் பாதையில் (நூறு மைல் தூரத்துக்கு!) பயன்படுத்தினார்கள். இன்றைக்கும் லாகூர் - முல்தான் ரெயில் பாதையை 'உலகின் மிகப் பழைமையான ரெயில் பாதை' என்றுகூட குறிப்பிடலாம்!

கிராமத்து மக்கள் ஏற்கெனவே அந்தப் பகுதிக்கு 'மொஹென்ஜோ தாரோ' என்று பெயரிட்டிருந்தனர். அப்படியென்றால் சிந்தி மொழியில் 'இறந்தவர்கள் மேடு' என்று அர்த்தம்! பிறகு 1921-ல் பானர்ஜி அங்கு ஆராய்ச்சிக்கு வந்த பிறகே மொஹென்ஜோ தாரோவுக்கு விடிவு காலம் பிறந்தது! பானர்ஜி தன்னுடைய தலைமை அதிகாரியான சர். ஜான் மார்ஷல் என்பவரிடம் இந்த சிந்துச் சமவெளி நாகரிகத்துக்கான ஆதாரங்களை கொண்டுபோய் காட்டினார். அதற்குள் மொஹென்ஜோதாரோவிலிருந்து 640 கி.மீ. தொலைவில் இருந்த ஹரப்பா என்கிற இடத்திலும் இதே போன்ற இடிபாடுகள் கிடைக்க, மார்ஷல் தலைமையில் விரிவான ஆராய்ச்சிகள் நடந்தன. இரண்டுமே ஒரே நாகரிகத்தின் சுவடுகள்! 'அப்படியென்றால் சிந்துச் சமவெளி நாகரிகம் ஏதோ ஒரே ஒரு இடம் என்றில்லாமல் பரந்து விரிந்திருந்த பெரும் நாகரிகம்!' என்பது புரிந்தவுடன் ஜான் மார்ஷல் ஆச்சரியத்துடன் துள்ளிக் குதித்தார். உடனே போட்டோக்களுடன் ஒரு கட்டுரையை 'இல்லஸ்ட்ரேடட் லண்டன் நியூஸ்' என்னும் பத்திரிகைக்கு அனுப்பினார்.

உலகம் விழித்துக்கொண்டது அந்தக் கட்டுரை வெளியானவுடன் தான்! அதிலிருந்து இந்திய நாகரிகத்தின் பிரும்மாண்டமான கதவுகள் திறந்துகொண்டன!

ஆமாம்! சிந்துச் சமவெளி நாகரிகத்தின் மொத்த சைஸ் இங்கிலாந்தை விட ஐந்து மடங்கு பெரியது! இந்தியாவில் கி.மு.6000-லிருந்தே மக்கள் குடியிருப்புகள் ஆங்காங்கே தோன்றிவிட்டன என்றாலும் கி.மு. 2500-லிருந்து கி.மு. 1700 வரை சிந்துச் சமவெளி நாகரிகம் உச்சத்துக்குப் போய் எகிப்து, பாபிலோனியா வுக்கு இணையாக அமர்க்களப்பட்டது!

மொஹென்ஜோதாரோவில் மட்டும் 40,000 மக்கள் வாழ்ந்தார் கள். அந்த நகரம் (ஹைதராபாத் - செகந்தராபாத் போல) இரு பகுதிகளாகப் பிரிக்கப்பட்டிருந்தது. கோட்டை, கோபுரங்கள் கொண்ட உயரமான பகுதியில் ஆட்சியாளர்கள் வசித்தனர். தாழ்வான பகுதியில் சாமான்யர்கள். ஆனால் சாமான்யர்கள்

வறுமையில் வாடவில்லை. வசதியான வீடுகளில் வசித் தார்கள்.

வசதியானவர்களின் வீடுகள் பெரிதாக நடுவில் முற்றத்தோடு அமைந்திருந்தது. நிறைய பணியாளர்கள் வீட்டோடு வசிக்க தனிப்பகுதியும் அமைக்கப்பட்டிருந்தது. அகலமான சாலைகள், சற்றே குறுகலான தெருக்கள், மேலும் குறுகிய சந்துகள் கொண்ட அந்த நகரத்தில் ஒவ்வொரு தெருமுனையிலும் வாட்ச்மேன் தங்குவதற்கு பிரத்தியேக அவுட் ஹவுஸ் கூட இருந்தது.

'உலக நாகரிகங்களிலேயே மிக மிக 'க்ளீனா'ன மக்கள் சிந்துச் சமவெளி மக்களே' என்று ஆராய்ச்சியாளர்கள் கூறுகிறார்கள்! சுற்றுப்புற சுகாதாரத்துக்கு அந்த மக்கள் முதலிடம் தந்தார்கள். ஒவ்வொரு தெருவிலும் குடிநீருக்கான குழாய்கள் அமைக்கப் பட்டன. கழிவுகளை ஊருக்கு வெளியே எடுத்துச் செல்ல ஏக விரிவான சாக்கடை வசதியும் உண்டு! முனிசிபாலிட்டி பணியாளர்கள் அவ்வப்போது உள்ளே இறங்கி சாக்கடைகளைச் சுத்தம் செய்ய மூடிகள்கூட அமைக்கப்பட்டன!

பாபிலோனிய, எகிப்திய நாகரிகங்களுக்கும் சிந்துச் சமவெளி நாகரிகத்துக்கும் ஒரு பெரும் வித்தியாசம் - இந்திய நாகரிகம் ஆர்ப்பாட்டமானது அல்ல. மக்கள் அத்தனை பேரும் ஏதோ தூய்மையான துறவிகளோ என்று சந்தேகிக்கும் அளவுக்கு அங்கே கண்டெடுக்கப்பட்ட ஒவ்வொன்றுமே எளிமையான அழகுடன் இருந்தன! தங்க நகைகள், பாத்திரங்கள் எல்லாமே பெரிய அலங்காரமில்லாமல் மிக எளிமையாக இருந்தன. தேவையில்லாத பந்தாவெல்லாம் இல்லாமல் தன்னம்பிக்கை யோடு வாழ்ந்த குடிமக்களாக அவர்கள் இருந்திருக்க வேண்டும்!

மொஹென்ஜோதாரோ மக்கள் கூட்டமாகக் குளிக்கப் பயன் படுத்திய 39 அடி நீளம், 23 அடி அகலம் கொண்ட குளம் ஒன்றும் கண்டுபிடிக்கப்பட்டிருக்கிறது. சுற்றிலும் பாத்ரூம்கள்! குளி யலை மிக முக்கியமான சடங்காகக் கருதினார்கள் அந்த மக்கள்!

சிந்துச் சமவெளி மக்கள் பொதுவான, பிரும்மாண்டமான (150 அடி நீள, 75 அடி அகல) களஞ்சியத்தில் தானியங்களைச் சேகரித்து வைத்தார்கள். சிந்துச் நதியில் படகுகளிலும் பிறகு மாட்டு வண்டிகளிலும் தானியங்கள் அங்கு கொண்டு வரப்பட்டன.

ஈரப்பதத்தால் தானியங்கள் கெட்டுவிடாமல் இருக்க களஞ்சியத்தில் ஏராளமான 'காற்றுத் துவாரங்கள்' அமைக்கப்பட்டிருந்தன. களஞ்சியமே மிக உயரமான மேடைக்கு மேல் அமைக்கப்பட்டிருந்தது - திடீர் வெள்ளம் வந்து தானியங்கள் அடித்துக் கொண்டு போகக் கூடாது என்பதற்காக!

மொஹென்ஜோதாரோ பெண்கள் ஒருவகை 'மினி ஸ்கர்ட்'டும் ஒட்டியாணமும், நிறைய வளையல்களும் அணிந்து திறந்த மார்பகங்களோடு வளைய வந்தார்கள். மினி ஸ்கர்ட்டும் இல்லாமல், இடுப்பில் கை வைத்து ஒய்யாரமாக நிற்கும் பெண்ணின் குட்டிச் சிலையொன்றும் அங்கு கண்டுபிடிக்கப்பட்டுள்ளது.

இன்னொரு ஏழு அங்குல சிற்பம் ஒன்றையும் ஆய்வாளர்கள் கண்டுபிடித்துள்ளனர். மீசை மட்டும் ஷேவ் செய்யப்பட்டு, கச்சிதமான தாடி, பூ 'டிசைன்' போடப்பட்ட அங்கி, தூக்கி வாரப்பட்ட தலை, முடி கலையாமல் இருக்க தலையில் பெல்ட் மற்றும் சிந்தனையோடு கூடிய விழிகளுடன் உள்ள அந்தச் சிலை தலைமைப் பூசாரியின் அல்லது மன்னரின் சிற்பமாக இருக்கலாம் என்பது தொல்பொருள் அறிஞர்களின் ஊகம்! தலைமைப் பூசாரியே மன்னராகவும் இருந்திருக்கலாம்!

கரும்பு, பருத்தி - இரண்டையும் முதன்முதலில் உலகில் கண்டு பிடித்து சாகுபடி செய்தவர்கள் சிந்துச் சமவெளி மக்கள்தான்! இங்கிருந்து மெஸபொடேமியாவுக்கும் எகிப்துக்கும் ஐந்தாயிரம் ஆண்டுகளுக்கு முன்பே அவை ஏற்றுமதி ஆனது. அதற்காக சிந்துச் சமவெளி மக்கள் ஒரு துறைமுகத்தையே கட்டினார்கள்! குஜராத் வளைவில் உள்ள 'லோதால்' என்னும் கடற்கரையோர ஊரில் சிந்துச் சமவெளி நாகரிகச் சின்னங்களும், குறிப்பாக, பெரிய படகுகள் நிற்க வசதியான துறைமுகமும் கண்டுபிடிக்கப் பட்டிருக்கின்றன!

முதன் முதலில் கோழிகளை முட்டைகளுக்காகவும், சிக்கனுக் காகவும் வளர்த்தவர்களும் சிந்துச் சமவெளி மக்கள்தான்!

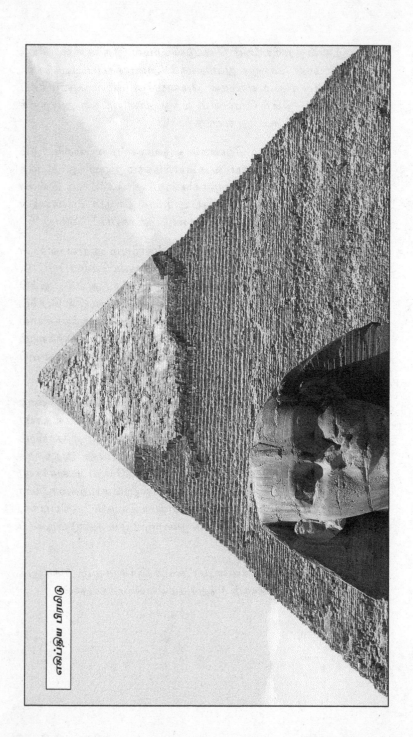

எகிப்திய பிரமிடு

அது என்ன மொழி?

இந்திய நாகரிகத்தைப் பற்றி நினைத்துப் பார்க்கும்போது ஆச்சரிய மான இனம்புரியாத பெருமித உணர்வு நமக்கு ஏற்படுகிறது! சிந்துச் சமவெளி நாகரிகம் என்று அழைக்கப்படும் அந்த பிரும்மாண்ட பண்டைய நாகரிகம் சிந்துநதிக் கரையோரங்களில் தொடங்கி உத்தரப்பிரதேசம், குஜராத், ராஜஸ்தான் வரையில் (மொத்தம் 840,000 சதுர மைல்கள்!) பரந்து விரிந்திருந்தது என்பது மட்டுமல்ல ஆச்சரியம். அது இன்றுவரை அறுந்து போகாமல் தொடர்ந்து இந்தியக் கலாசாரத்துடன் பின்னிப் பிணைந்து நீடிக்கிறது என்பதுதான் வியப்பான விஷயம்!

பாபிலோனியா, எகிப்து, பாரசீகம் போன்ற நாகரிகங்கள் எல்லாம் வழக் கொழிந்து முடிந்து போனவை. உதா ரணமாக, பாரோ மன்னர்கள் ஆண்ட காலத்திய எகிப்துக்கும் இன்றைய எகிப்துக்கும் ஒரு சம்பந்தமும் கிடை யாது. எகிப்தின் கலாசாரம் இன்று அடி யோடு மாறிவிட்ட ஒன்று. பண்டைக் காலத்தில் உருவ வழிபாட்டில் 'கின்னஸ் சாதனை'யே படைத்த

13

மக்கள் எகிப்தியர்கள். அந்தக் கால எகிப்திய பழக்க வழக்கங்கள், திருவிழாக்கள், சம்பிரதாயங்கள் எதுவுமே இன்று அங்கு இல்லை. அதே சமயம் வெளியிலிருந்து உட்புகுந்த எந்தக் கலாசார பழக்க வழக்கமும் இந்தியா என்கிற 'கடலில்' இரண்டறக் கலந்தே ஒரு பிரத்தியேக தொடர் கலாசாரமாக இந்தியா நிலைத்து நிற்கிறது. இத்தனைக்கும் எத்தனை படை யெடுப்புகள்! எத்தனை கலாசாரத் திணிப்புகள்!

சிந்துச் நாகரிகம் திடீரென்று கி.மு. 2500-ல் தோன்றியிருக்க வாய்ப்பில்லை. மேலும் பின்னோக்கிப் போனால் இந்திய துணைக் கண்டத்தின் வடமேற்கே, பலூசிஸ்தான் அருகே இந்த நாகரிகம் தொடங்கியதாகத் தெரிகிறது! அங்கே மேர்கர் என்னும் இடத்தில், பத்தாயிரம் ஆண்டுகளுக்கு முந்தைய குடியிருப்பு களை தொல்பொருள் ஆராய்ச்சியாளர்கள் கண்டுபிடித்திருக்கி றார்கள். அங்கு தோண்டியெடுக்கப்பட்ட வீடுகள், பானைகள், அணிகலன்களை ஆராய்ந்ததில் மேர்கர் குடியிருப்புகள் சிந்துச் சமவெளி நாகரிகத்தின் துவக்கமாக இருந்திருக்க வேண்டும்.

'மேர்கர்' மக்கள் மண், கற்களை உபயோகித்து வாசல், ஜன்னல் கள், சமையலறை, பாத்ரூம் இத்யாதிகளுடன் கச்சிதமாக வீடுகள் கட்டிக் கொண்டார்கள். டிசைன் வரைந்த பானைகளை அவர்கள் தயாரித்தார்கள். பார்லி, கோதுமை போன்றவற்றை விவசாயம் செய்தார்கள்.

கி.மு. 4000-ல் தொடங்கி மேர்கர் மக்கள் தென் ரஷ்யா, ஆப்கனிஸ்தான், இராக் மற்றும் சிந்துச் சமவெளி பகுதிகளுக்கு இடம் பெயர்ந்தனர். பிறகு வந்த அந்த எல்லா நாகரிகங்களுக்கும் அடிப்படை 'மேர்கர்'தான்! உதாரணமாக, மேற்குறிப்பிட்ட கலாசாரங்கள் அனைத்திலும் அக்னி வழிபாடு அடிப்படையாகப் பின்பற்றப்பட்டது.

பிற்பாடு சிந்துச் சமவெளியில் மொஹென்ஜோதாரோ, ஹரப்பா நாகரிகங்கள் கொடிகட்டிப் பறந்தபோது அந்த மக்கள் மெஸபொடேமியாவில் உள்ள பல நாடுகளுடன் வர்த்தகத் தொடர்பும் வைத்துக் கொண்டார்கள். குஜராத்திலிருந்தும், நீலகிரி மலைப்பகுதிகளிலிருந்தும் விலை உயர்ந்த பச்சைக் கற்கள் பாபிலோனியாவுக்கு ஏற்றுமதி செய்யப்பட்டன! ராஜஸ்தானிலிருந்து உணவுப் பொருள்களும், தமிழகத்திலிருந்து சங்கினால் செய்யப்பட்ட அணிகலன்களும் மெஸபொடேமிய

நாடுகளுக்கு அனுப்பப்பட்டன. சிந்துச் சமவெளியைச் சேர்ந்த வியாபாரிகள் சிலர் நிரந்தரமாகவே பாபிலோனியாவிலும், பஹ்ரெய்ன் நாட்டிலும் 5000 ஆண்டுகளுக்கு முன்பு தங்கி வியாபார ஏஜெண்ட்டுகளாகப் பணிபுரிந்தார்கள் என்கிறார்கள் ஆராய்ச்சியாளர்கள்!

பண்டைய எகிப்திய நாகரிகத்தில் திராவிட - ஆரிய பாதிப்புகள் இருப்பதாகவும் ஆய்வாளர்கள் குறிப்பிடுகின்றனர். இந்திய கடவுள்களான சிவன், விஷ்ணு, பிரம்மா, இந்திரன் போன்றவர் களுக்கு இணையான, அதே போன்ற கடவுள்கள் எகிப்திலும் உண்டு, பாபிலோனியாவிலும் உண்டு.

இந்த எல்லா நாகரிகங்களிலும் ஸ்வஸ்திகா சின்னமும் முக்கிய மான பங்கு வகித்தது! நாகப்பாம்பு வழிபாடும் எல்லோருக்கும் பொதுவானதே! (அதர்வண வேதத்தில் பாபிலோனிய பெய ருடன் கூடிய நாக சர்ப்பத்தைப் பற்றி குறிப்பிடப்பட்டிருக்கிறது!)

மத்தியக் கிழக்கு நாகரிகங்களுடன் சிந்துச் சமவெளி மக்கள் வியாபாரத் தொடர்பு வைத்துக் கொள்ள பயன்படுத்தியது குஜராத்தில் உள்ள லோதால் என்னும் செயற்கைத் துறை முகத்தை! 'லோதா'லும் ஹரப்பா நாகரிகத்தைச் சேர்ந்ததுதான். (1954-ல் இந்திய தொல்பொருள் ஆய்வாளர் எஸ்.ஆர். ராவ் கண்டுபிடித்த பண்டைய நகரம் லோதால்! குஜராத்தி மொழியில் 'லோதால்' என்றாலும் 'மொஹென்ஜோதாரோ' என்றுதான் அர்த்தம். அதாவது இறந்தவர்கள் மேடு!)

கணிதம், லாஜிக் (தர்க்கம்) - இந்த இரண்டையும் எப்படிப் படிப் படியாகக் கையாள வேண்டுமோ, அதேபோலத்தான் தொல் பொருள் ஆராய்ச்சியும். காடுகளிலும் ஆழ்கடலிலும் பாலை வனங்களிலும் மிகவும் பொறுமையோடும், நுணுக்கமாகவும் சோர்வில்லாமல் செயல்பட்டு ஒவ்வொரு புதிருக்கும் விடை காணவேண்டிய ஒப்பற்ற பணி அது அவர்கள் மட்டும் இல்லை யேல் பண்டைய உலக வரலாறு வெறும் கட்டுக்கதைகளாக அமைந்து போயிருக்கும்.

சிந்துச் சமவெளி நாகரிகம் பற்றியும் தொல்பொருள் ஆய்வாளர் கள் ஆச்சரியமான உண்மைகளைக் கண்டுபிடித்து சொன்னார்கள் தான். ஆனால் ஒரு புதிரை மட்டும் அவர்களால் அவிழ்க்க முடியவில்லை. உலகெங்கும் உள்ள அறிஞர்கள் முட்டி மோதி

யும் அந்தப் புதிர் அவர்களோடு இன்றுவரை கண்ணாமூச்சி ஆடி வருகிறது. அது - சிந்துச் சமவெளி மக்கள் பயன்படுத்திய மொழி!

மொஹென்ஜோதாரோவிலும், ஹரப்பாவிலும், மற்ற சிந்துச் நாகரிகப் பகுதிகளிலும் ஏராளமான 'சீல்'கள் கிடைத்திருக் கின்றன.

அந்த முத்திரைகளில் விதவிதமான உருவங்கள் கலை உணர் வோடு செதுக்கப்பட்டிருக்கின்றன. எருது, பசு, புலி, காண்டா மிருகம், யானை, மரம், விசித்திரமான மூன்று தலை மிருகம், பசுபதி (சிவன்!)... இப்படிப் பலப்பல உருவங்களோடு சில எழுத்துகளும் உண்டு! இந்த எழுத்துகள்தான் உலகத்துக்கே சவால் விட்டுக் கொண்டிருக்கின்றன!

அந்த மொழியைப் பற்றி இதுவரை நாற்பத்தைந்துக்கு மேற்பட்ட ஆராய்ச்சிகள் உலக ரீதியில் நடந்து, அதன் முடிவுகள் வெளியாகியிருக்கின்றன. பலன் பூஜ்யமே! அந்த மொழியின் மர்மம் இன்றளவும் தொடர்கிறது!

கி.மு.2500-ல் சிந்துச் சமவெளி மக்களால் கண்டுபிடிக்கப்பட்ட மொழி அது என்பது மட்டும் நிச்சயம்! ஒருவேளை இந்திய மொழிகளில் ஒன்றின் ஆரம்ப நிலையாக அது இருந்திருக்குமோ?! மும்பையில் பணிபுரிந்த ஃபாதர் ஹிராஸ் 1953-ல் வெளியிட்ட ஓர் ஆராய்ச்சி பரபரப்பை ஏற்படுத்தியது. சிந்து நாகரிக மொழி பண்டைய தமிழ் என்றார்கள். ஆனால், அவரால் அதைத் திட்ட வட்டமாக நிரூபிக்க முடியவில்லை. (இருபது ஆண்டுகளுக்குப் பிறகு ரஷ்ய மற்றும் பின்லாந்து மொழி அறிஞர்கள் கம்ப்யூட்டர் உதவியோடு அலசி 'சிந்துச் சமவெளி மொழி தமிழ் மொழியின் ஆரம்பகட்டம்தான்' என்றார்கள் மீண்டும்!) சம்ஸ்கிருதத்துக்கு முன்னோடி என்றும் ஒரு கருத்து உண்டு.

தமிழ்நாட்டைச் சேர்ந்த மொழி வல்லுநர் ஐராவதம் மகாதேவன் மொஹென்ஜோதாரோ மொழியைப் பற்றிச் செய்துள்ள ஆய்வுகள் உலக அளவில் பாராட்டுதல்களைப் பெற்றிருக்கிறது. அவருடைய ஒரு முக்கியக் கண்டுபிடிப்பு - வலது புறத்திலிருந்து இடமாக எழுதப்பட்ட மொழி அது என்பது. மற்றொன்று - அந்த மொழியில் அமைந்துள்ள வார்த்தைகளில் பதங்கள் உண்டு என்பதையும் அவர் கண்டுபிடித்தார்.

மொத்தத்தில், சுமேரிய, எகிப்திய மொழிகள் பாதிப்பு எதுவும் இல்லாத, இந்திய மக்களால் கண்டுபிடிக்கப்பட்ட மிகப் பிரத்தியேகமான மொழியை சிந்துச் சமவெளி மக்கள் உபயோகித்தனர் என்பது மட்டும் எல்லோராலும் உறுதிப்படுத்தப்பட்டுவிட்டது.

வெள்ளம், நோய், ஆரியர் படையெடுப்பு என்று பல காரணங்கள் சொல்லப்பட்டாலும் அந்தப் பழைமையான நாகரிகம் எப்படி (சுமார் கி.மு. 1700-களில்) திடீரென அழிந்துபோனது என்பதற்கும் திட்டவட்டமான காரணங்கள் கண்டுபிடிக்கப்படவில்லை. லேட்டஸ்ட் ஆராய்ச்சியின் படி அந்த நாகரிகத்தை முடிவுக்குக் கொண்டுவந்தது பூகம்பம் என்றும் சொல்லப்படுகிறது. சிந்துச் சமவெளியில் சுமார் நானூறு எலும்புக் கூடுகள் தோண்டியெடுக்கப்பட்டுள்ளன. ஆனால் ஆயுதங்கள், வன்முறைக்கான அறிகுறிகள் எதுவும் இல்லை. ஆரியர்கள் பிரவேசம் நிகழ்ந்தது உண்மை என்றாலும், அவர்கள் சிந்துச் சமவெளி மக்களை போரிட்டு பூண்டோடு தீர்த்துக் கட்டினார்கள் என்பது ஏற்றுக் கொள்ளப்படவில்லை.

எகிப்திய புராதனக் கோயில்

ஆண் ராணி

ஆறாயிரம் ஆண்டுகளுக்கு முன்பு (கி.மு. 4000-ல்) நைல் நதிக்கரையோர மாக, இன்று எகிப்து நாடு உள்ள பகுதிக்கு ஒரு பயணி சென்று பார்த் திருந்தால் மாபெரும் பாலைவனமும் ஆங்காங்கே தக்குனூண்டு குடியிருப்பு களும்தான் அவருக்குத் தென்பட்டிருக் கும். அதே பயணி, ஒரு பேச்சுக்கு 1500 ஆண்டுகள் கழித்து அதே இடத்துக்கு மீண்டும் போயிருந்தால் பிரமிப்பில் ஆழ்ந்து மயக்கம் போட்டு விழுந்திருப் பார்! அந்த அளவுக்கு ஆயிரத்துஐந்நூறு ஆண்டுகளுக்குள் எகிப்து அடியோடு மாறிப்போயிருந்தது.

மிகப்பெரிய அரண்மனைகள். மாபெரும் கோயில்கள், நெடிதுயர்ந்த சிற்பங்கள், பிரும்மாண்டமான பிரமிடு கள்... மொத்தத்தில் ஒரு மந்திரவாதி தன் மந்திரக்கோலைச் சுழற்றியவுடன் நிகழும் மேஜிக்போல ஒரு புத்தம் புதிய ஜொலிக்கும் நாடாக எகிப்து மாறியது வரலாற்று ஆச்சரியம்!

பிரும்மாண்டமான நைல் நதிக்கரை யோரமாக மனிதர்கள் குடியேறிய வுடனே கிராமங்கள் தோன்றி, அவை இணைந்து தனித்தனி ராஜ்ஜியங்

14

களாகத்தான் எகிப்து இருந்தது. அப்போது நம் சேர, சோழ, பாண்டியர்களைப்போல, இன்னும் நிறைய குறுநில மன்னர் கள் சின்னச் சின்ன அரண்மனைகளில் அமர்ந்து கோலோச்சி னார்கள்.

கி.மு. 3165-ல் மெனீஸ் என்கிற மன்னர் மட்டும் தன் குட்டி ராஜ்ஜியத்தோடு திருப்தியடையவில்லை. சுற்றிலும் இருந்த ராஜ்ஜியங்கள் மீது முதல் முறையாகப் படையெடுத்து அவற்றைக் கைப்பற்றிய மன்னர் அவர்தான். அதில் சில ராஜ்ஜி யங்களை பூசாரிகள் கூட ஆண்டு வந்தனர்! கடவுள்களைக் காட்டி மக்களைப் பயமுறுத்தி வைத்திருந்த அவர்களைக் கைது செய்து எச்சரித்த மெனீஸ் 'கடவுளின் அவதாரம் நான்தான். இனி நீங்கள் வணங்கவேண்டிய கடவுள் நான் மட்டுமே!' என்று தனக்குத் தானே பட்டம் சூட்டிக்கொண்டு அரியணையில் அமர்ந்தார். அரசர்களைக் கடவுளாக எகிப்தியர்கள் வணங்க ஆரம்பித்தது அதிலிருந்துதான்! ஆகவேதான் அரசர்கள் இறந்தபிறகும் அவர்கள் எகிப்திய சம்பிரதாயப்படி 'சாகாவரம்' பெற்றார்கள். கடவுள்களுக்கான கோயில்களுக்கு இணையாக மன்னர்களின் கல்லறைகள் பிரும்மாண்டமாகக் கட்டப்பட்டதும் அதிலிருந்து தான்!

கி.மு.1640-ல் பாலஸ்தீனத்திலிருந்து ஆவேசமாக எகிப்துக்குள் படையோடு புகுந்த ஹைகோஸ் என்கிற இனத்தினர் எகிப்தைக் கைப்பற்றினார்கள். அவர்களின் தலைவன் ஸலாடிஸ் தன்னை எகிப்தின் மன்னராக அறிவித்துக் கொண்டார். யுத்தத்தில் பயன் படுத்தப்படும் ரதங்கள், போர்க்கவசம், அகலமான வாட்கள்... எல்லாவற்றையும் எகிப்துக்கு அறிமுகப்படுத்தியது ஹைகோஸ் மன்னர்கள்தான். அண்டை மண்ணிலிருந்து வந்த அந்த அந்நிய மன்னர்களின் ஆட்சி ரொம்ப காலம் நீடிக்கவில்லை. முதலாம் தொத்மெஸ் என்ற எகிப்திய மன்னர் அரும்பாடுபட்டுப் போராடி மீண்டும் ஆட்சியைக் கைப்பற்றி, ஒரிஜினல் எகிப்திய பரம்பரை ஆட்சிக்கு அடிகோலினார்.

இந்தியாவில் சந்திரகுப்தமௌரியர் முதற்பெரும் சாம்ராஜ்ஜி யத்தை நிறுவியதற்கு இணையாக எகிப்தின் எல்லைகளை விஸ்தரித்து அது ஒரு மிகப்பெரிய நாகரிகமாக உருவெடுக்க அடிக்கல் நாட்டியவர் அவர் பேரன் மூன்றாம் தொத்மெஸ். ராஜராஜசோழனுக்குப் பிறகு ராஜேந்திரசோழன் சோழப்

பேரரசின் பெருமையை மேலும் விரிவுபடுத்தியதைப்போல பேரன் மூன்றாம் தொத்மெஸ் காலத்தில் எகிப்து மிகச் சக்தி வாய்ந்த பெரும் வல்லரசாக மாறியது!

இத்தனைக்கும், பிறந்து இருபத்திரண்டு ஆண்டுகளுக்கு மூன்றாம் தொத்மெஸ் சற்று அடங்கி நடுங்கி வாழவேண்டி வந்தது! காரணம், அவருடைய சிற்றன்னை ஹாட்ஷெப்ஸெட் இரண்டாம் தொத்மெஸ் இறந்தவுடன் ராணியாக அரியணையில் அமர்ந்தார். ஆனால் எகிப்திய சம்பிரதாயப்படி பெண் அரசாள முடியாது! அதுபற்றி அந்த ராணி கவலைப்படவில்லை! செயற்கைத் தாடி ஒன்றை (Wig!) தயாரித்துக்கொண்டு ஆண் உடை தரித்து 'இன்றிலிருநது நான் ஆணாக மாறி விட்டேன். ஆகவே என்னை அரசன் என்றே குறிப்பிட வேண்டும்!' என்று அறிவித்தாள்(ர்) ஹாட்ஷெப்ஸெட்!

(இன்றைக்கும் ஆண் மன்னருக்கான உடையோடும், தாடி யோடும் ஹாட்ஷெப்ஸெட் கல்வெட்டுகளில் காணப்படு கிறாள்!)

ஹாட்ஷெப்ஸெட்டுக்குப் பிறந்தது இரு பெண் குழந்தைகள். சிறு வயதிலேயே அந்தப் பெண்கள் நோய்வாய்ப்பட்டு இறந்த தால் அவளுடைய கணவர் இரண்டாம் தொத்மெஸ்ஸின் 'சின்ன வீட்டுக்கு'ப் பிறந்த மூன்றாம் தொத்மெஸ்ஸுக்கு அதிர்ஷ்டம் அடித்தது!

பட்டத்து இளவரசராக அவர் அறிவிக்கப்பட்டாலும் சித்தியே தாடி வைத்துக்கொண்டு சிம்மாசனத்தை விட்டு நகராமல் இருந்தார்.

இளவரசருக்கு ஆட்சி புரிய வாய்ப்பு தள்ளிப் போனது. சித்திக்கு எதிராக சதித்திட்டங்களில் இறங்கினால் தன் உயிர் போய்விடும் என்கிற பயமும் இளவரசருக்கு இருந்தது. காரணம், ராணி ஹாட்ஷெப்ஸெட் மகா புத்திசாலி மட்டுமல்ல, தந்திரங்களிலும் தேர்ந்தவள்!

மகாராணி ஹாட்ஷெப்ஸெட் இறந்தவுடன் எகிப்துக்குக் கப்பம் கட்டிக்கொண்டிருந்த பாலஸ்தீனம், சிரியா போன்ற நாடுகள் புரட்சிக் கொடிகளை உயர்த்தின. ராணியின் நிழலில் அடக்கமாக வாழ்ந்து வந்த மூன்றாம் தொத்மெஸ் தங்களை

என்ன செய்ய முடியும் என்கிற அலட்சியம் அண்டை மன்னர்களின் மண்டைக்கேற, மூன்றாம் தொத்மெஸ் விசுவரூபமெடுக்க வேண்டிவந்தது! தொடர்ந்து தொத்மெஸ் தலைமையில் பதினேழு போர்கள் நிகழ்ந்ததில் தாங்கள் தப்புக்கணக்குப் போட்டுவிட்டது மற்ற மன்னர்களுக்கு உறைத்தது! தொத்மெஸ் வாள் வீச்சுக்கு முன் மத்திய கிழக்கு நாடுகள் அத்தனையும் மண்டியிட்டன.

போருக்குப் போனாலும், போகிற இடத்தில் வசதியாகத் தங்க வேண்டும் என்கிற மனப்பான்மை மூன்றாம் தொத்மெஸ்ஸுக்கு உண்டு. ஆகவே முன்கூட்டியே 'ஆர்க்கிடெக்ட்'டுகள் சென்று எல்லையில் டாய்லெட் உள்பட சகல வசதிகளும் கூடிய ஒரு கெஸ்ட் ஹவுஸை மன்னருக்காக கட்டித் தயாராக வைத்திருப் பார்கள்!

எகிப்தின் முதற் பெரும் மாவீரராக வாழ்ந்த அரசர் மூன்றாம் தொத்மெஸ் என்பதில் சந்தேகமில்லை. ஒருமுறை வடக்கு ஆப்பிரிக்காவில் வேட்டைக்குப் போனபோது ஒரே நாளில் நூற்றிஇருபது யானைகளைக் கொன்று வீழ்த்தினார் அவர் என்கிறது ஒரு கல்வெட்டு!

மூன்றாம் தொத்மெஸ் காலத்தில் முதன்முதலாகப் பிரும் மாண்டமான மாளிகைகளும் கட்டடங்களும், தோட்டங் களும், சிற்பங்களும் எகிப்துக்கு அழகையும் கம்பீரத்தையும் தந்தன.

தன் வாள் பலத்தால் எகிப்தை பெரும் சாம்ராஜ்ஜியமாக உரு வாக்கிய முதல் 'பாரோ' மன்னரான மூன்றாம் தொத்மெஸ் தன் ஐம்பத்திநாலாவது வயதில் காலமானார். ராணி ஹாட்ஷெப் ஸெட்டின் பரந்து விரிந்த கல்லறைக்குள்ளேயே ஒரு பகுதியில் அவருடைய உடலும் புதைக்கப்பட்டது.

கி.பி. 1881-ல் தொல்பொருள் ஆய்வாளர்களால் கண்டெடுக்கப் பட்ட அவரது 'மம்மி' உடல் ஜாக்கிரதையாக எடுக்கப்பட்டது. இன்று கெய்ரோ மியூசியத்துக்குப் போனால் அவரது உடலை நாம் பார்க்கலாம்!

தொத்மெஸ் இறந்து சுமார் எழுபது ஆண்டுகளுக்குப் பிறகு அரியணை ஏறிய இன்னொரு மன்னர் அக்நெடான். அவர் செய்த

புரட்சி, பிற்காலத்திய பிரெஞ்சுப் புரட்சிக்கும், ரஷ்ய கம்யூனிசப் புரட்சிக்கும் இணையாக அமைந்து, எகிப்து நாட்டின் அடிப் படை சம்பிரதாயத்தையும், கலாசாரத்தையுமே அடியோடு மாற்றி அந்த மன்னருக்கு ஓர் அநியாயமான புதிய பெயரையே பெற்றுத் தந்தது, ஒரு விநோதமான பரிதாபம்! கல்வெட்டுகளில் காணப் படும் அந்தப் பெயர் - 'கிரிமினல் மன்னர்'!

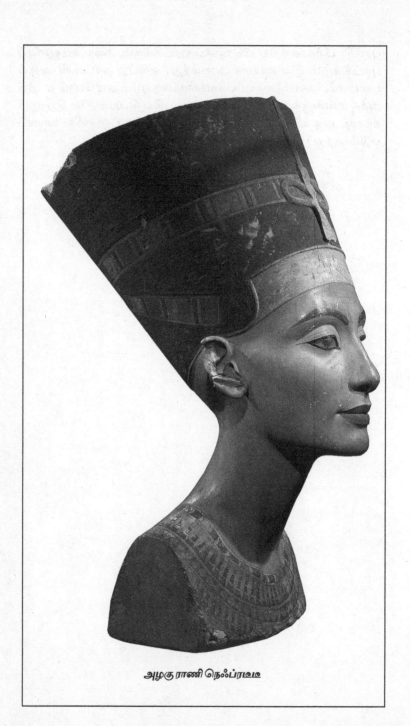

அழகு ராணி நெஃப்ரடீடீ

அதிரடிப் புரட்சி மன்னன்!

'என்ன நேர்ந்தாலும் சரி, என் மனத்தில் உண்மையென்று பட்டதை சொல்லியே தீருவேன்' என்று பிடிவாதமாக வாழ் பவர்கள் பல சோதனைகளை சந்திக்க வேண்டியிருக்கிறது! 'சூரியன் மையத் தில் இருக்க, பூமி அதைச் சுற்றி வரும் ஒரு கிரகம்!' என்றார் கலீலியோ... அப்படிச் சொல்லி பூமியின் மதிப்பை யும் புனிதத்தையும் குறைத்ததற்காகப் போப்பாண்டவரின் காலடியில் கலீலியோ மண்டியிட்டு மன்னிப்புக் கேட்கவேண்டி வந்தது!

அதே சூரியன்தான் நாலாவது ஆமன் ஹோடப் என்கிற எகிப்திய மன்னரின் மூளைக்குள் தன் ஒளிக்கதிர்களைச் செலுத்தி, அந்த அரசரை அடியோடு மாற்றி, எகிப்திய சாம்ராஜ்ஜியத் துக்கே பெரும் பிரச்னை ஏற்பட வழி வகுத்தது!

கி.மு. 1380-ல் நாலாவது ஆமன் ஹோடப் எகிப்திய சாம்ராஜ்ஜியத்தின் அரியணையில் அமர்ந்தபோது அவ ருக்கு டீன்ஏஜ் கூட துவங்கவில்லை. பிறகு, பதினாறு ஆண்டுகளுக்கு ஆமன் ஹோடப் ஆட்சி நீடித்தது (சிலர் இருபது ஆண்டுகள் என்கிறார்கள்).

15

குறுகிய காலமே ஆண்டாலும் இன்றளவும் உலக சரித்திரத்தில் ஓர் 'ஆச்சரியக்குறி'யாக இருந்து வருகிறார் அந்தப் புதிரான மன்னர்.

பண்டைய எகிப்திய நாகரிகத்தில் எந்தப் பொருளுக்கு வேண்டு மானாலும் எப்போதாவது பற்றாக்குறை ஏற்பட்டிருக்கலாம்.

ஆனால், கடவுள்களுக்கு மட்டும் அங்கு பஞ்சமே இருந்த தில்லை. சும்மாயில்லை - எகிப்தியர்கள் வணங்கிய கடவுள் களின் எண்ணிக்கை இரண்டாயிரத்தைத் தாண்டியது! நாய், ஆடு, பூனை, பாம்புக் கடவுள்கள் எல்லாம் உண்டு! எல்லாக் கடவுள் களுக்கும் தலைமைக் கடவுள் இருந்தார். அந்தக் கடவுளின் பெயர் ஆமன். ஆட்டுக்கிடாமுகம் - மனித உடலுடன் தோற்ற மளித்த ஆமனை பரவசத்துடன் மக்கள் வணங்கி வழிபட்டார் கள். ஆமனுக்காகப் பிரும்மாண்டமான திருவிழாக்கள் கோலா கலமாக நடந்தன. மன்னரின் பெயரே ஆமன் ஹோடப் - அதாவது 'தலைமைக் கடவுளான ஆமனுக்கு திருப்தி ஏற்படுத்து கிறவர்' என்று பொருள்.

ஆனால் ஆமனிடம் இளம் மன்னர் ஆமன் ஹோடப்புக்கு திருப்தி ஏற்படவில்லை என்பதுதான் தர்மசங்கடமான உண்மை!

சிறுவனாக இருந்தபோதே ஆமன் ஹோடப்பை ஒளிவீசும் சூரியன் அதிகமாகக் கவர்ந்தது.

உலகில் உள்ள அத்தனை உயிர்களையும் இயக்குவது சூரியனின் சக்திதான் என்பதை பன்னிரண்டு வயதுக்குள்ளேயே புரிந்து கொண்டார் அந்த மன்னர். கூடவே, நெடுங்காலமாக எகிப்தியர்கள் வணங்கி வந்த அத்தனை கடவுள்கள் மீதும் அவருக்கு நம்பிக்கை அடியோடு போய் விட்டது.

ஆட்சி தன் கைக்கு வந்தவுடன், முதல் வேலையாக பதினாறா வது வயதில் 'அக்நெடான்' என்று தன் பெயரை மாற்றிக் கொண்டார் ஆமன் ஹோடப். இதுகண்டு எகிப்திய மக்கள் திகைத்தனர்.

சக்தி வாய்ந்த தலைமைப் பூசாரிகள் 'இதென்ன அபச்சாரம்... ஆமன் என்னும் கடவுளை தன் பெயரிலிருந்து நீக்கிக் கொள்வதா?' என்று வெகுண்டனர்.

ஆனால் அந்த டீன் ஏஜ் மன்னர் அவர்களையெல்லாம் கையமர்த்தி சூரியனின் பெருமைகளைச் சொல்ல ஆரம் பித்தார். சூரியன் இல்லையேல் உலகமே இல்லை என்று வலியுறுத்தினார். அக்நெடான் என்றால் அக்-என்-அடான். அதாவது, அடான் என்கிற சூரியனுக்குப் பணிவிடை செய் பவன் என்று அர்த்தம்! இதையெல்லாம் கேட்டு மகா கடுப்பில் பூசாரிகள் ஆழ்ந்தாலும் வெளியே காட்டிக்கொள்ள முடிய வில்லை!

அத்தோடு நிறுத்திக் கொண்டிருக்கலாம் அக்நெடான் (இனி இந்தப் பெயரிலேயே அழைப்போம்!). ஆனால் இளம் ரத்தம் அவரை அவசரப்படுத்தியது. சூரியன் ஏற்படுத்திய தன்னம்பிக்கை யும், வீரியமும் தூண்டிவிட, அடுத்த நடவடிக்கையில் இறங்கினார் மன்னர்.

'இனி எகிப்துக்கு சூரிய தேவன் மட்டுமே கடவுள். மற்ற கடவுள்களின் சிலைகள் அகற்றப்படும். அவர்களின் சித்திரங்கள் அழிக்கப்படும்!' என்று அறிவித்து அத்தனை கடவுள்களையும் நம்பி வாழ்ந்து கொண்டிருந்த பூசாரிகளின் வயிற்றில் கிலோ கணக்கில் புளியைக் கரைத்தார் அக்நெடான்!

தெற்கே, நைல் நதியின் மேற்குக் கரையில் இருந்த தீப்ஸ், பண்டைய எகிப்திய சாம்ராஜ்ஜியத்தின் தலைநகராக இருந்து வந்தது. அங்கே சூரியனுக்காகப் பெரிய அளவில் கோயில் கட்ட ஆரம்பித்தார் அக்நெடான். கூடவே பழைய கடவுள்களின் ஏராளமான கோயில்கள் இடிக்கப்பட்டன.

ஏற்கெனவே குழப்பத்தில் இருந்த மக்களை பூசாரிகள் தூண்டிவிட, மன்னருக்கு எதிர்ப்பு கிளம்பியது. அக்நெடான் அசரவில்லை. 'தலைநகரைத்தானே மாற்றியமைக்கக் கூடாது! சூரிய தேவனுக்காகப் புதிய தலைநகரை நான் உருவாக்குவதில் ஆட்சேபணை இல்லையே?!' என்று முழங்கிய மன்னர், தீப்ஸ் நகருக்கு வடக்கே 186 மைல் தொலைவில் புதிய தலை நகரத்தைக் கட்டுவதற்கானப் பணிகளை படுவேகமாகத் தொடங்கினார்.

அமர்னா என்கிற இடத்தில் உருவான அந்தப் புதிய தலை நகருக்கு எட்டாவது மாதத்தில் (இன்றைய ஆகஸ்ட்!) பதின் மூன்றாம் தேதியன்று இரு குதிரைகள் பூட்டிய தங்கரதத்தில், தன்

பேரழகியான மனைவி நெஃப்ரடீடீயுடன் பிரவேசித்தார் மன்னர் அக்நெடான்.

இப்போது லாரிகளில் பொதுக் கூட்டங்களுக்கு மக்களை அழைத்து வருவதுபோல மன்னரை வரவேற்க புதிய தலைநகரின் சாலைகளின் இருபுறமும் மக்கள் குவிக்கப் பட்டனர்!

புதிய தலைநகரில் உருவெடுத்த மாபெரும் சூரியக் கடவுளின் ஆலயத்துக்கு கூரையே கிடையாது! 'சூரிய ஒளியைக் கூரை கட்டித் தடுக்கவேண்டாம்' என்று கட்டடக் கலைஞர்களிடம் எடுத்துச் சொல்லிவிட்டார் அக்நெடான்!

ஒன்றைச் சொல்லவேண்டும்:- கடவுள்களின் சிலைகளை அப்புறப்படுத்துவதில் அக்நெடான் பாரபட்சம் ஏதும் காட்ட வில்லை. கடவுள் வடிவில் செதுக்கப்பட்டிருந்த தன் தந்தையின் சிலையையும் உடைத்துத் தள்ளச் சொன்னார் மன்னர்!

சூரியக் கடவுளைப் பாராட்டி ஓர் இளம் கவிஞருக்குரிய வேகத்துடன் பல கவிதைகளையும் பரவசமாக எழுதித் தள்ளினார் அக்நெடான்!

கல்வெட்டுக்களாகப் பொறிக்கப்பட்ட அவருடைய பல கவிதைகளை இன்று கெய்ரோ மியூசியத்தில் பார்க்கலாம் (ஓர் உதாரணம் - 'முட்டைக்குள் கருவாக இருக்கும் கோழிக் குஞ்சுக்கு உயிர் தரும் சூரியதேவனே! அது கச்சிதமானவுடன் வெளிப்பட வைத்து தத்தித் தத்தி நடக்க வைக்கும் நீ, கீழே தண்ணீர் பொங்கும் நைல் நதியைப் படைத்தாய்! மேலே வானம் என்கிற ஒரு நீலநிற நைல் நதியையும் படைத்து மழை பொழியச் செய்கிறாய்!' என்கிற ரீதியில் அக்நெடான் கவிதை கள் தொடங்குகின்றன!).

மேலும் அக்நெடான் புரட்சிகள் தொடர்ந்தன. சிற்பக்கலைஞர் களையும், ஓவியர்களையும் வரவழைத்து, 'இனி உங்கள் படைப்புகளில் உண்மை இருக்கட்டும். மன்னராக இருந்தாலும், மகாராணியாக இருந்தாலும் பார்ப்பதை பார்ப்பதுபோல வரையுங்கள். மன்னருக்குத் தொப்பை இருந்தால் ஓவியத்திலும் தொப்பை இருக்கட்டும். இல்லாத தெய்வீக அழகைச் சேர்க்கும்

பொய்யான படைப்புகள் இனி வேண்டாம்!' என்று ஆணையிட்டு முதன்முதலில் கலையில் 'ரியாலிஸ'த்துக்கு வழிவகுத்தவர் அக்நெடான்!

ஆகவேதான் எண்பது ஆண்டுகளுக்கு முன் கண்டெடுக்கப்பட்டு இன்று பெர்லின் மியூசியத்தில் உள்ள மன்னரின் மனைவி நெஃப்ரடீடீயின் வண்ணச் சிலை (Bust) மூலம் அவள் எத்தனை பேரழகி என்பது தெரிகிறது!

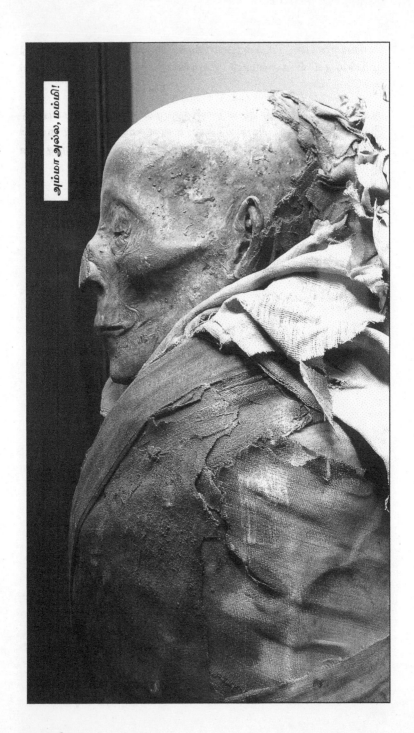

அம்மா அல்ல, மம்மி!

கல்லறைப் பொக்கிஷம்!

'ஒரே கடவுள்!' என்று முழங்கிய அக்நெடானின் அதிரடி நடவடிக்கை களால் பொறுமையிழந்த பூசாரிகள். மன்னரின்குடும்பத்தில்குழப்பம்விளை விக்க முடிவு செய்து, ராணி நெஃப்ரடீடீயின் மனத்தைக் கலைத் தனர். கடவுள்களை அவமதிப்பது பெரும் பாவம் என்று அவர்கள் சொன் னதைக் கேட்டுப் பயந்துபோன மகா ராணி, கணவரை விட்டுப் பிரிந்து போனார் என்று தெரிகிறது. 'திடீரென்று சிற்பங்களிலும் ஓவியங்களிலும் அவள் காணாமல் போய்விட்டாள்!' என்று சுட்டிக்காட்டுகிறார்கள் தொல்பொருள் ஆய்வாளர்கள். ஆனால் மனைவி தன்னைவிட்டுப் பிரிந்தது குறித்து அக்நெடான் கவலைப்பட்டதாகவே தெரியவில்லை. அவருடைய சித்தாந் தம் போகப் போகத் தீவிரமடைந்தது.

போதிய வருமானமும் செல்வாக்கும் இல்லாமல் இறுக்கமான முகத்துடன் வளையவந்த பூசாரிகளுக்கு திடீரென்று அதிர்ஷ்டம் அடித்தது. இருபத்தாறாம் வயதில் அகால மரணமடைந்தார் அக்நெடான். மகிழ்ச்சிக் கூத்தாடிய பூசாரிகள், 'அல்பாயுசில் அக்நெடான்

16

இறந்ததற்குக் காரணமே ஆமன் கடவுளின் சாபம்தான்!' என்று குரலெழுப்பினார்கள். மக்கள் பயத்துடன் தலையாட்ட, மீண்டும் எகிப்தில் பழையபடி இரண்டாயிரம் கடவுள்களின் மறு பிரவேசம் கோலாகலமாக நிகழ்ந்தது! கூடவே அக்நெடான் சிலைகள் சுக்குநூறாக உடைக்கப்பட்டன. அந்த வித்தியாசமான மன்னரின் உடல் புதைக்கப்பட்ட இடம் கூட இன்றுவரை கிடைக்கவில்லை!

ஒரு கல்லறைச் சின்னமோ அடையாளமோ கூட இல்லாமல் மிகுந்த வெறுப்புணர்வோடு பூசாரிகள் எங்கோ கண்காணாத இடத்தில் அக்நெடானைப் புதைத்திருக்க வேண்டும்!

பிறகு, அமர்ணாவை விட்டு மக்கள் மீண்டும் வெளியேற்றப் பட்டார்கள். 'அது பாவப்பட்ட பூமி!' என்று பூசாரிகள் கர்ஜித் தார்கள். புதிய தலைநகரம் மெள்ள பாழடைந்து மண்ணுக்குள் போனது. (சுமார் எண்பது ஆண்டுகளுக்கு முன் தொல்பொருள் ஆராய்ச்சியாளர்கள் அதை மீண்டும் அப்படியே தோண்டி வெளிக்கொணர்ந்துவிட்டது வேறு விஷயம்!).

ஆனால், அக்நெடானுக்குக் கிடைத்த ஒரே ஒரு பெருமையை மட்டும் எந்தப் பூசாரியாலும் அகற்ற முடியவில்லை. இன்றள வும் வரலாற்று மேதைகள் அக்நெடானை 'உலகச் சரித்திரத்தின் தனிப் பெரும் முதல் மனிதன்' - 'First Individual' என்று அழைக்கி றார்கள். அதாவது, 'பிரத்தியேகமாகச் சிந்திக்கத் தொடங்கிய முதல் தனி மனிதர்' என்கிற அர்த்தத்தில்!

அக்நெடான் மறைந்த பிறகு பூசாரிகள், பத்து வயதுச் சிறுவன் ஒருவனை அரியணையில் தூக்கி அமர்த்தினார்கள்.

பண்டைய நாகரிகங்களின் மிச்சங்களைக் கண்டுபிடிப்பதில் ஓர் அடிப்படைப் பிரச்னை உண்டு. முதலில் தோண்டவேண்டிய இடத்தை க்ரெக்டாக முடிவுசெய்ய வேண்டும்! பல சமயங்களில் பெரும் செலவுக்குப் பிறகு ஏமாற்றங்கள் ஏற்படலாம். எகிப்து இந்த வகையில் அதிர்ஷ்டம் செய்த நாடு! அங்கே பண்டைய தலைநகரங்கள் அத்தனையுமே நைல் நதிக்கரையோரமாய் வரிசையாக அமைந்திருந்ததால் அது தொல்பொருள் ஆய்வாளர் களுக்கு மிகவும் வசதியாகப் போனது. தவிர வானளாவ எழும்பி நின்ற பிரமிடுகள் 'எங்களைச் சுற்றியுள்ள இடங்களிலும் தோண்டுங்கள், பொக்கிஷங்கள் கிடைக்கும்!' என்று கைகுவித்து

அழைப்பதுபோல இருந்தன. தொல்பொருள் ஆய்வாளர்கள் பிரமிடுகளை வழிகாட்டிகளாகக் கொண்டு புகுந்து விளையாடினார்கள்.

கடந்த இருநூறு ஆண்டுகளாக குறிப்பாக, எகிப்தியரின் பண்டைய தலைநகரான தீப்ஸ் அருகே நடந்த அகழாராய்ச்சியில் கிடைத்தவை பிரமிப்பூட்டும் புதையல்கள்! அங்கே அமைந்துள்ள சுற்று வட்டாரத்துக்கு 'சக்கரவர்த்திகளின் சமவெளி' என்று தொல்பொருள் அறிஞர்கள் பெயர் சூட்டும் அளவுக்கு அரச குடும்பத்தைச் சேர்ந்த அறுபத்திரண்டு கல்லறைகள் அங்கே தோண்டியெடுக்கப்பட்டிருக்கின்றன! இத்தனைக்கும் உலகுக்குக் கிடைத்த அந்தப் புதையல் எகிப்திய 'பாரோ' மன்னர்கள் விட்டுப் போனதில் துளியூண்டுதான்!

ஆமாம்! கி.மு. 1000-லிருந்து கி.மு.20-க்குள் கொள்ளைக்காரர்கள் புகுந்து அத்தனை கல்லறைகளையும் சூறையாடியிருக்கிறார்கள். ஏராளமான பொக்கிஷங்களை அள்ளிக்கொண்டு போன திருடர்கள், மன்னர்களின் 'மம்மி'களைக் கூட விட்டு வைக்கவில்லை. ஆபரணங்களுக்காக, மம்மிக்களின் 'பேண்டேஜ்'களை கவிழ்த்துப் பார்த்து உடல்களைத் தூக்கியெறிந்துவிட்டுப் போயிருக்கின்றனர்.

பண்டைய எகிப்தில் வி.ஐ.பி.க்கள் இறந்தவுடன் அவர்களின் உடலை 'மம்மி'யாக்குவது முக்கியமான சம்பிரதாயம். அது சாதாரண வேலையல்ல! 'மம்மி' செய்வதில் கைதேர்ந்த 'எக்ஸ்பர்ட்'கள் அன்றைய எகிப்தில் இருந்தார்கள்.

சுருக்கமாக மம்மி தயாரிப்பது இப்படித்தான்...!

இறந்தவர் உடலில், வயிற்றில் முதலில் துளைபோட்டு நுரையீரல், குடல் பகுதிகளை வெளியே எடுத்து ஜாடிகளில் வைத்துவிட்டு பச்சிலைகளை வயிற்றுக்குள் நிரப்பி உடலைத் தைப்பார்கள். இதயம் மட்டுமே உடலுக்குள் விட்டு வைக்கப்படும். அடுத்ததாக மூக்கு வழியாக மூளை ஜாக்கிரதையாக உறிஞ்சி எடுக்கப்படும். சில சமயம் கண்கள் அகற்றப்பட்டு செயற்கைக் கண்கள் பொருத்தப்படும். அடுத்தபடி ஒருவகை உப்புத் தொட்டிக்குள் நாற்பது நாட்களுக்கு உடல் அமிழ்த்தி வைக்கப்படும். உடலில் உள்ள திரவங்கள் பூராவும் இதனால் வெளியேறிவிடும் (Decompose ஆகாமல் இருக்க!). பிறகு உடலை எடுத்து அதன்மீது மெழுகு

போன்ற ஒரு பசையைப் பூசுவார்கள். (mumo என்றால் மெழுகு. அதிலிருந்து வந்ததால் mummy!) கடைசியாக அந்தஸ்துக்கேற்ப தங்க, வைர, வைடூரிய அலங்காரம்!

மூன்றாம் தொத்மெஸ், இரண்டாம் ராம்ஸீஸ் போன்ற மிகப் புகழ்பெற்ற மன்னர்களின் 'மம்மி' உடல்களை இன்றும் கெய்ரோ மியூசியத்தில் நாம் பார்க்கலாம்!

'சக்கரவர்த்திகளின் சமவெளி'யில் 1900-ல் தொடங்கி அசராமல் ஆராய்ச்சிகள் நடத்தியவர்களில் முக்கியமானவர்கள் பிரிட்டிஷ் அறிஞர் ஹொவார்ட் கார்ட்டர் என்பவரும் அவருக்கு நிதி உதவி அளித்து ஊக்குவித்த கார்னர்வான் பிரபுவும். கார்ட்டரின் விடாமுயற்சிக்குப் பலன் 1922-ல் கிடைத்தது. அவர் கண்டு பிடித்தது புரட்சி மன்னர் அக்நெடானைத் தொடர்ந்து சிம்மா சனத்தில் அமர்த்தப்பட்ட டூட்டாங்க் ஆமென் என்னும் குட்டி மன்னனின் கல்லறையை!

'டூட்' (சுருக்கமாக!) கல்லறையில் கிடைத்த பொக்கிஷங்கள் இன்றளவும் உலக வரலாற்றில் ஈடு இணையில்லாத மிகப்பெரிய கண்டுபிடிப்பாகக் கருதப்படுகிறது. நல்லகாலமாக கொள்ளைக் காரர்கள் இந்த ஒரே ஒரு கல்லறையை மட்டும் கவனிக்காமல் கோட்டை விட்டு போயிருந்தார்கள்! பிற்பாடு மூவாயிரம் ஆண்டுகளுக்குப் பிறகு மண்ணுக்குள் புதைந்து போயிருந்த அந்தக் கல்லறையின் கதவுகளை உடைத்து உள்ளே நுழைந்த கார்ட்டர் குகைக்குள் நுழைந்த அலிபாபாவைப் போல் பிரமிப் பில் ஆழ்ந்தார். பார்த்த இடமெல்லாம் சிம்மாசனமும், தங்க ஆபரணங்களும் மாணிக்கக் கற்கள் பொருத்தப்பட்ட சிலை களும், விளையாட்டுச் சாமான்களும் அழகிய சிறு கப்பலும் கிரீடங்களும் உச்சகட்டமாக உள்ளே ஓர் அறையில் தங்க முலாம் பூசப்பட்ட அந்த இளம் மன்னனின் உடல்!

தனி மியூசியம் வைக்கும் அளவுக்கு மொத்தம் ஐயாயிரத்துக்கும் மேற்பட்ட பொருள்கள் அங்கே கிடைத்திருக்கின்றன! தவிர, மன்னர் 'டூட்' மறுவாழ்வில் பயன்படுத்த வேண்டிய உணவுப் பொருள்கள், தேன், முகக் கண்ணாடி, மதுக்கோப்பைகள், இங்க் வண்ணம், எழுதுகோல் மற்றும் உடை மாற்றிக்கொள்ள ஏராளமாக அடுக்கி வைக்கப்பட்ட லினன் ஆடைகள்!

'டூட்' உடலைப் பரிசோதித்ததில் அந்தச் சிறுவனின் மண்டையின் பின்பக்கம் ஆழமான வெட்டுக்காயம் இருந்தது!

அக்நெடானின் ஒன்றுவிட்ட தம்பியான, பத்து வயதே நிரம்பிய டூட்டாங்க் ஆமென், அரியணையில் அமர்ந்திருந்தது பத்து ஆண்டுகளுக்குத்தான். 'பழைய கடவுள்'களை மீண்டும் கொண்டு வந்து தங்களைப் பலப்படுத்திக் கொண்ட பூசாரிகளை எதிர்த்து அந்த இளம் மன்னனால் ஒன்றும் செய்யமுடியவில்லை. ஒருவேளை, சற்று வயது கூடியவுடன் நிமிர்ந்து நிற்க அந்த மன்னர் முயற்சித்திருக்கக் கூடும்.

குறைந்தபட்சமாக ஒன்றை மட்டுமே அந்த அரசனால் செய்ய முடிந்தது. ஓவியங்களில் ரியலிஸம் இருக்கவேண்டும் என்று அக்நெடான் ஆர்டர் போட்டது அந்தச் சிறுவனைக் கவர்ந்தது. 'டூட்'டின் ஓவியங்களும் அதே பாணியைப் பின்பற்றி அமைந்தன! மற்றபடி, பூசாரிகள் அந்தச் சிறுவனைத் 'தாற்காலிக மன்னனாக'வே கருதியிருக்கக் கூடும்.

ஒருநாள்... இருபது வயது நிரம்பிய அந்த இளம் மன்னன் கொடூரமாகக் கொலை செய்யப்பட்டான்.

என்ன நிகழ்ந்திருக்கும்? தெரியவில்லை! சில காலம் படுக்கை யறையிலேயே சிறை வைக்கப்பட்டு 'மன்னருக்கு உடல்நிலை சரியில்லை!' என்கிற பொய்த் தகவலை ஊரெல்லாம் பரப்பிய பிறகு ஓரிரவு டூட்டாங்க் ஆமெனைக் கட்டிப்பிடித்து உட்கார வைத்து, இரக்கமில்லாமல் தடியால் ஓங்கி பின்னந்தலையில் அடித்து பூசாரிகள் கொலை செய்திருக்கக் கூடும். பிற்பாடு, மன்னரின் உடலை 'மம்மி'யாகப் பதப்படுத்தியவர்களின் வாய் களும் அடைக்கப்பட்டிருக்க வேண்டும்...!

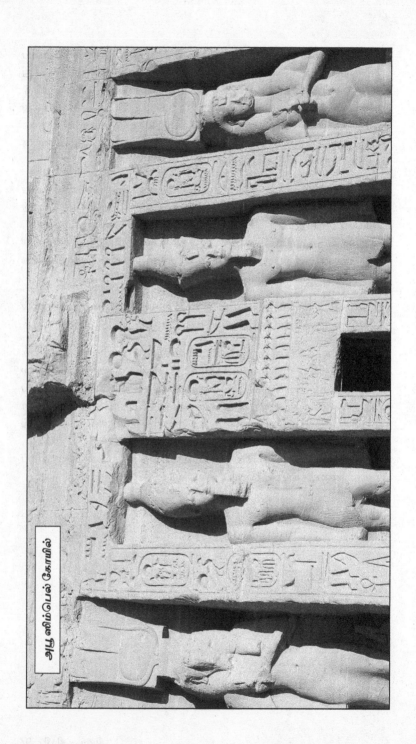

அபூ ஸிம்பெல் கோயில்

அதிசய அபூ ஸிம்பெல்

எகிப்திய சாம்ராஜ்ஜியத்தின் பொற்
காலம் இரண்டாம் ராம்ஸிஸ் என்னும்
மன்னரோடு முடிவு பெறுகிறது. ராம்
ஸிஸ் அறுபத்தாறு ஆண்டுகள் அரி
யணையில் அமர்ந்திருந்தார். கி.மு.
1213-ல் அவர் இறந்தபோது அவருக்க
92 வயது! அந்தக் காலத்தில் உலகள
வில் ஒரு மனிதனின் சராசரி வயதே
முப்பத்தைந்தைத் தாண்டாத நிலையில்
ராம்ஸிஸ் தொண்டுக் கிழமாக அரி
யணையில் அமர்ந்து கோலோச்சியது
ஆச்சரியம்தான்!

ராம்ஸிஸ் ஆட்சிக்காலத்தில் வர
லாற்றுப் பிரசித்திபெற்ற பல சம்ப
வங்கள் நிகழ்ந்தன. யூதர்களின் தலை
வரும் வழிகாட்டியுமான மோஸஸ்
(இறைவனிடம் 'பத்துக் கட்டளைகள்'
பெற்றவர்) இரண்டாம் ராம்ஸிஸ்
மன்னரை எதிர்த்துப் புரட்சி செய்தது
முக்கியமானதோர் நிகழ்ச்சி! (யூத
இனத்தைச் சேர்ந்த லட்சக்கணக்கான
மக்களை ராம்ஸிஸ் ஆட்சி அடிமை
களாக நடத்தி கொடுமைப்படுத்தியது.
புரட்சி வெடித்தது. மோஸஸ் தலைமை
யில் யூதர்கள் எகிப்து நாட்டை விட்டு
பேரணியாக வெளியேற முயற்சிக்க,

17

அவர்களை அழிப்பதற்காக, எகிப்திய படை பின்தொடர, யூதர்களை செங்கடல் வழிமறிக்க, மோஸஸ் இறைவனைப் பிரார்த்தித்ததும், கடல் இரண்டாகப் பிரிந்து யூதர்களுக்கு வழிவிட்டதும் பைபிளில் சுவையோடு விவரிக்கப்பட்டிருக்கிறது (இந்த நிகழ்ச்சியைத் திரைக்கதையாக வைத்துத்தான் 'டென் கமாண்ட்மெண்ட்ஸ்' ஹாலிவுட் திரைப்படம் தயாரிக்கப்பட்டது! சார்ல்டன் ஹெஸ்டன் மோஸஸ் ஆகவும், யூல் பிரின்னர் ராம்ஸிஸ் ஆகவும் பிரமாதமாக நடித்ததை மறக்க முடியுமா!).

கி.மு. 1288-ல் சிரியாவுடன் நடந்த உத்வேகமான போரில் சிரிய வீரர்கள் ராம்ஸிஸ் படையை வாட்டியெடுத்து விட்டனர். ராம்ஸிஸ் அந்தப் போரில் பின்வாங்க நேரிட்டது. இருப்பினும் கல்வெட்டுகளில் தான் 'மாபெரும் வெற்றி அடைந்ததாக' செதுக்கிக்கொண்டார் மன்னர். 'டூப் கல்வெட்டு' எழுப்பிய முதல் அரசர் ராம்ஸிஸ் ஆக இருக்கக் கூடும்.

ராம்ஸிஸ் மிகப்பெரிய கோயில்களைக் கட்டினார். எல்லாமே பிரும்மாண்டம்! 'ஆனால் கலை நுணுக்கங்கள் மன்னருக்கு இரண்டாம் பட்சமாக இருந்தது!' என்கிறார்கள் எகிப்திய நாகரிக ஆராய்ச்சியாளர்கள்.

பிரமிடுகளுக்கு அடுத்தபடி உலகப் புகழ்பெற்ற சின்னமாகக் கருதப்படுவது எகிப்தில் உள்ள அபூ ஸிம்பெல் ஆலயம்! நைல் நதிக்கரையோரமாக, அஸ்வான் அணையிலிருந்து 180 மைல் தொலைவில் (நம்முடைய எல்லோரா ஸ்டைலில்) மலைக்குள் 200 அடி நீளத்துக்குக் குடைந்து உருவாக்கப்பட்ட பிரும்மாண்டமான ஆலயம் அபூ ஸிம்பெல்! முகப்பில் 67 அடி உயரத்துக்கு விசுவரூபமெடுக்கும் ராம்ஸிஸ் சிலைகளோடும் அவர் காலடியில் பவ்யமான மகாராணிகளின் ஆளுயரச் சிலைகளோடும் கூடிய அபூ ஸிம்பெல் ஆலயத்தை கி.பி. 1817-ல் தொல்பொருள் ஆராய்ச்சியில் மண்ணுக்கடியிலிருந்து தோண்டிக் கண்டெடுத்து உலகுக்குத் தந்தவர் ஜியோவெனி பெல்ஸோனி என்னும் இத்தாலிய ஆய்வாளர் (ராம்ஸிஸ் கட்டிய அந்த ஆலயத்தைப் போலவே பெல்ஸோனியும் நல்ல உயரம் - ஆறரை அடி!).

அறுபதுகளில் (அதாவது கி.பி.!) நைல் நதிக்குக் குறுக்கே அஸ்வான் அணை கட்டப்பட்டது. அதனால் ஏற்பட இருந்த நீர்தேக்கத்தில் அபூ ஸிம்பெல் அடியோடு மூழ்கிவிடும் ஆபத்து ஏற்பட, யூனெஸ்கோ தலைமையில் அத்தனை நாடுகளும் அபூ ஸிம்பெலைக் காப்பாற்ற நிதி உதவி அளித்தன!

கி.பி. 1964-ல் உலகின் பல்வேறு பகுதிகளிலிருந்து இன்ஜினீயர் களும், ஆர்க்கிடெக்ட்டுகளும் நைல்நதிக்கரையில் குழுமி பிரமிப் பான திட்டமொன்றைத் தீட்டினார்கள். அதன்படி, அபூ ஸிம்பெல் ஆலயத்தை 1050 பகுதிகளாகத் தனித்தனியே வெட்டி யெடுத்து பிரித்து கிரேன் மூலம் மலை உச்சிக்குக் கொண்டு சென்று - அங்கே அந்த ஆலயம் மீண்டும் கச்சிதமாகப் பொருத்தப் பட்டது. வியப்பூட்டும் இந்தச் சாதனையை நிகழ்த்த ஐந்தாண்டு கள் பிடித்தன! சுற்று வட்டார மலைச்சரிவுகளைக் கூட அப்படியே ஒரிஜினலைப் போலவே கச்சிதமாக உருவாக்கிய தால் கோயில் இடம் பெயர்த்திருப்பதையே நம்மால் கண்டு பிடிக்க முடியாது!

ஏராளமான மனைவிகளும் விஸ்தாரமான அந்தப்புரமும் வைத்துக்கொண்ட குஷாலான மன்னர் ராம்ஸிஸ். தன்னுடைய நான்கு மகள்களையும் கூட விட்டுவைக்காமல் மனைவிகளாக ஆக்கிக் கொண்டார் அவர் (பொதுவாகவே 'கலப்படம்' நிகழக் கூடாது என்று 'பாரோ' மன்னர்கள் தங்கைகளையும் மகள் களையும் சர்வசாதாரணமாக திருமணம் செய்து கொண்டார்கள். கடவுள்களின் அவதாரமான அரசர்களின் ரத்தம் புனிதமானது. அதில் 'கலப்படம்' நிகழக் கூடாது என்று முடிவுகட்டி அப்படிச் செய்த 'பாரோ'க்கள் அதற்காக மகள்களையே மணந்து கொள்ளும் அளவுக்குப் போனது டூ மச்!).

தொண்ணூற்று இரண்டாவது வயதில் ராம்ஸிஸ் காலமான பிறகு அவருடைய மகன் மெர்னெப்டா கண்டிப்போடு ஆட்சிபுரிந்து. பல போர்களில் வெற்றி பெற்றாலும், போகப் போக எகிப்திய சாம்ராஜ்ஜியம் பலமிழந்து போனது. லிபியர்களும், பெர்ஷியர் களும், கிரேக்கர்களும் எகிப்து நாட்டை தொடர்ந்து கைப்பற்றி னார்கள்.

ஒரு முக்கியமான விஷயத்தை இங்கே குறிப்பிட்டாக வேண்டும். பண்டைய எகிப்திய நாகரிகத்தைப் பற்றிய ஏராளமான தகவல் களை நமக்குத் தந்து உதவியது ஒரு மரம்! நைல் நதியோரமாக சதுப்பு நிலத்தில் விளைந்த பாபிரஸ் என்னும் மரத்திலிருந்து பட்டைகளை உரித்தெடுத்து முதன் முதலில் 'பேப்பர்' தயாரித் தவர்கள் எகிப்தியர்களே. மூங்கில் போன்ற அந்த மரத்தின் கூர்மையான நுனிப்பகுதியை உடைத்து 'பேனா'வாக அவர்கள் பயன்படுத்தினார்கள். ஆம்! பேப்பர், பேனா இரண்டையுமே தந்தது அந்த மரம்!

எகிப்திய அழகுப் பெண்கள்

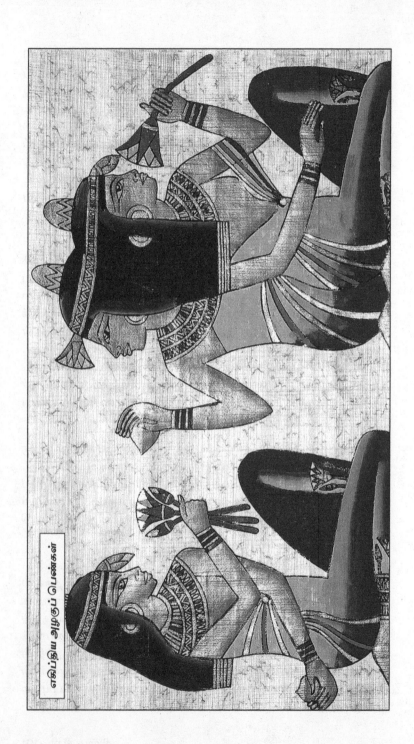

அதிரவைத்த அண்ணன் மனைவி!

'தலையில் ஆழமான வெட்டுக் காயம் ஏற்பட்டிருந்தால் (மண்டையோடு தெரியும் அளவுக்கு) எப்படி சிகிச்சை தர வேண்டும்?' - சுமார் 4000 ஆண்டுகளுக்கு முன்பு எகிப்திய டாக்டர்கள் எழுதிய மருத்துவம் பற்றிய 'பாபிரஸ் புத்தகத்தில்' ஓர் அத்தியாயத்தின் தலைப்பு இது! அதே போல 'கன்னத்தில் அல்லது நெற்றியில் வெட்டுக் காயம் ஏற்பட்டால் முகத்துக்கு அதிகம் பாதிப்பு ஏற்படாத வண்ணம் எப்படித் தையல் போடுவது' என்கிற ரீதியில் பல தலைப்புகள் அந்த மருத்துவப் புத்தகத்தில் உண்டு!

ஆமாம்! 'மம்மி'க்களை தயாரிப்பதில் தேர்ந்தவர்களாக இருந்ததால் பண்டைய எகிப்தியர்களுக்கு 'அனாடமி' தெரிந்திருந்தது-மூக்கு வழியாக மூளையை வெளியே எடுக்கும் அளவுக்கு!

சர்ஜரி, மருந்துகள், கர்ப்பத்தடை சாதனங்கள் - இப்படிப் பல விஷயங்களில் எகிப்தியர்கள் கில்லாடிகளாகச் செயல்பட்டனர். அப்போதே மைக்ரேய்ன் தலைவலி பற்றியும், அதற்கான மருந்துகள் பற்றியும் விவரமாக எழுதி வைத்தவர்கள் எகிப்தியர்களே!

18

(மைக்ரேய்ன் தலைவலிக்கு சிகிச்சை - Vat fish எனப்படும் ஒருவகை மீனின் தலையை மட்டும் எண்ணெயில் பொரித்து, அந்த எண்ணெயை தலையில் தடவிக்கொள்ள வேண்டும்!)

'மருந்து - மாயம்' என்று நாம் பேச்சு வாக்கில் குறிப்பிடுகிறோம் இல்லையா? பண்டைய எகிப்தில், நோய்க்கு சிகிச்சையாக இந்த இரண்டையுமே பின்பற்றினார்கள். 'வேண்டுதல்'களுக்கு பூசாரிகள், மருந்துகளுக்கு வைத்தியர்கள் - இருவர் மீதும் எகிப்திய 'பேஷண்ட்' நம்பிக்கை வைத்தார்!

கடினமான பாலைவன வாழ்க்கை, மண்ணை வாரிக்கொண்டு வரும் புயல், வெப்பம் - இவை காரணமாக எகிப்தியர்கள் பலர் கண் பிரச்னைகளால் அவதிப்பட்டார்கள். ஆகவே கண் டாக்டர்கள் நிறையவே அங்கு இருந்தனர். பாரசீக அரசர் கேம்பிஸஸ் கண்ணில் ஏதோ பிரச்னை வந்தபோது பாரசீக டாக்டர் 'ரெகமெண்டேஷன்'படி எகிப்து அரசருக்குச் சொல்லி யனுப்பி, அவருடைய ஆஸ்தான கண் டாக்டரை ஸ்பெஷலாக பாரசீகம் அழைத்துச் சென்றார்கள் என்றால் பார்த்துக் கொள்ளலாம்!

முதன்முதலில், ரொட்டி தயாரிக்கப்பட்டது எகிப்தில்தான் - கி.மு. 2600-ல்! (எகிப்தியர்கள் ஊத்தப்பம் 'ஷேப்'பில் 'ப்ரெட்' தயாரித்தார்கள். தடிமனான, செவ்வக 'ப்ரெட்' கண்டுபிடித்த வர்கள் கிரேக்கர்களே!)

பூங்காவும், வீட்டு வாசலில் தோட்டமும் முதலில் உருவானது எகிப்தில்தான். 3,400 வருஷங்களுக்கு முன் எகிப்தில் உருவான ஒரு பெரிய பூங்காவின் முழு 'ப்ளான்' கண்டுபிடிக்கப்பட்டு, இப்போது அது நியூயார்க் பப்ளிக் லைப்ரரியில் இருக்கிறது!

பார்லி மற்றும் கோதுமையிலிருந்து எகிப்தியர்கள் பீர் தயாரித் தார்கள். அவர்களுக்கு விருப்பமான மதுபானமாக அமைந்த பீர், சர்க்கரைப் பொங்கல் மாதிரி சற்று 'திக்' ஆக இருந்தது. கையால் வழித்து அருந்தலாம்! கூடவே, ஒயின் தயாரிப்பும் படு அமோக மாக நடந்தது! திராட்சைத் தோட்டங்களில் பெரிய தொட்டி அமைத்து திராட்சைகளை நிரப்பி அதன் மேல் பாடியவாறு குதித்து, டான்ஸ் ஆடி, சாறாக்கி, வடிகட்டி, ஒயின் தயாரித் தார்கள். தொட்டிகள் குதிப்பவர்கள் ஒயின் கிணற்றில் தொங்கிய கயிறுகளைப் பிடித்துக் கொண்டார்கள் - ஒயினுக்குள் தாங்கள்

விழாமல் இருக்க! பெரிய ஜாடிகளில் ஒயின் நிரப்பி வைக்கப் பட்டு 'பார்'களுக்கு அனுப்பப்பட்டன. அரசர்களுக்காக 'இம்போர்ட்டட்' மதுவகைகளும் உண்டு! 'சைடுடிஷ்'ஷாக எகிப்தியர்கள் வெங்காயம், மாதுளம் பழம், பேரீச்சை, அத்திப்பழம், வெள்ளரிக்காய், பீன்ஸ், திராட்சை போன்றவற்றை சாப்பிட்டார்கள்.

சாமான்ய தமிழ் மக்களைப் போல பண்டைய எகிப்திய ஆண்கள் அநேகமாக வெள்ளை நிற உடையை அணிந்தார்கள். பெண்களுக்கு உடலை இறுக்கிப் பிடிக்கும் மேக்ஸி உடை! வெண்மையான மேக்ஸிதான். ஆனால் புடைவை மாதிரி விதவிதமான பார்டர் உண்டு! கிராமப்புறங்களில் பெண்கள் டாப்லெஸ் ஆக வளைய வந்தார்கள்.

எகிப்தியர்கள் உடலில் முடி இருப்பதை வெறுத்தார்கள். வெண்கல 'ரேஸர்'களைப் பயன்படுத்தி மெனக்கெட்டு உடல் முழுவதும் முடியை அகற்றிக் கொண்டார்கள்.

பெண்கள் ஒருபடி மேலே போய் தலையைக் கூட மழுங்கச் சிரைத்துக்கொண்டு விதவிதமாக 'விக்' அணிந்தார்கள். பண்டைய எகிப்தில் 'விக்' தயாரிப்பு படு மும்முரமாக நடந்தது. ஆண், பெண் இருவரும் தினமும் கண்ணுக்கு மையிட்டுக் கொண்டதையும் குறிப்பிட வேண்டும்!

ஒரு விஷயத்துக்கு எகிப்தியர்களுக்கு 'சியர்ஸ்' சொல்ல வேண்டும். 'காக்டெயில் பார்ட்டி' என்பதை மூவாயிரத்து ஐந்நூறு ஆண்டுகளுக்கு முன்னரே தொடங்கி வைத்தார்கள். 'பார்ட்டி'களில் ஒயின் 'சர்வ்' பண்ணியது அழகிய பெண் வெயிட்டர்கள்! இடையில் ஒய்யாரமான ஒட்டியாணம், கழுத்தில் அகலமான நெக்லஸ்... மற்றபடி பிறந்த மேனியோடு, கையில் மதுபான 'ட்ரே'யுடன் பிரமாதமாக விருந்தாளிகளை அவர்கள் கவனித்துக் கொண்டார்கள். பார்ட்டி நடக்கும்போது இசை நிகழ்ச்சியும் இருந்தது. புல்லாங்குழல், வீணை போன்ற தந்தி வாத்தியங்கள் இந்தியாவிலிருந்து இறக்குமதி செய்யப் பட்டன! ஏனோ புல்லாங்குழல் இசைத்த கலைஞர்கள் பெரும் பாலானவர்கள் பார்வையிழந்தவர்களாக இருந்தார்கள் என்று 'பாபிரஸ்' குறிப்புகள் தெரிவிக்கின்றன! காரணம் தெரிய வில்லை!

செல்வாக்கு மிகுந்தவர்கள் நடத்தும் 'பார்ட்டி' யில் கொழுப்பு கலந்த வாசனைத் திரவியங்களை ஒரு கிண்ணத்தில் அடைத்து பெண் விருந்தாளிகளின் தலையில் 'வீட்டுக்கார அம்மா' கவிழ்த்துப் பொருத்துவது ஒரு சம்பிரதாயம்! நேரம் ஆக ஆக உடல் வெப்பம் காரணமாக, அந்த வாசனைத் திரவியம் வெண்ணெய் உருகுவது போல தலைமுடியில் (அதாவது விக்!) வழிந்து படரும். இந்த வாசனை ஆண்களுக்கு மிகுந்த செக்ஸ் உணர்வைத் தூண்டியதாகக் கூறப்படுகிறது. இந்த விசித்திரமான வரவேற்பில் பயன்படுத்தப்பட்ட வாசனைத் திரவியம் என்ன வென்பதை எகிப்தியர்கள் விளக்கமாக எழுதித் தொலைத்திருந் தால் பிற்காலத்தில் 'வயக்ரா' கண்டுபிடிக்க வேண்டிய அவசியமே இருந்திருக்காதோ!

ஒரு நெடுங்கதையின் ஆரம்பம் இது! - அனுபிஸ், பேட்டா இருவரும் நெருக்கமான சகோதரர்கள். பெற்றோர் இறந்த பிறகு அனுபிஸ், தம்பி பேட்டாவை தன் மகன் போல நடத்துகிறான். அனுபிஸுக்கு ஒரு பேரழகி மனைவியாகி றாள். அதீதமான செக்ஸ் உணர்வு கொண்ட அவளுக்கு சில ரகசிய சிநேகிதர்கள் உண்டு.

அனுபிஸுக்கு இது தெரியாது. பேட்டாவுக்குத் தெரியும் என்றாலும் அண்ணனிடம் எப்படி அண்ணியைப் பற்றிச் சொல்வது என்று தவிக்கிறான்.

ஒருநாள் அனுபிஸ் வெளியே போயிருக்கும்போது பெரிய மரத்துண்டுகளை பேட்டா 'அலேக்' என்று தூக்கி அடுக்கு வதைப் பார்க்கிறாள் அண்ணி. அவள் இதயம் படபடக்கிறது. உடல் இச்சையில் உருகுகிறது. காதல் முனகலுடன் பேட்டாவைக் கிளர்ச்சியோடு தழுவிக்கொண்டு படுக்கைக்கு அவள் இழுக்க, பேட்டா துடித்துப் போய் பின்வாங்குகிறான். 'அண்ணி! இப்படிச் செய்யலாமா?' என்று பதை பதைக்கிறான். அண்ணிக்குக் கோபம் தலைக்கேறுகிறது. பிற்பாடு அண்ணன் வரும்போது ஆடைகள் கிழிந்து, தலைவிரி கோலமாகப் படுத்துக்கொண்டு மனைவி அழுது கொண்டிருப்பதைப் பார்த்து திடுக்கிடுகிறான்.

'உங்கள் தம்பி... என்னை...' என்று அழுகிறாள் அவள். அவள் நடிப்பை நிஜமென்று நம்பும் அனுபிஸ் ஆத்திரத்துடன் ஒரு கத்தியை எடுத்துக்கொண்டு தம்பியைத் துரத்துகிறான்...!

ஆம்! இந்த அளவுக்கு ஒரு 'பிரச்னை'யான, இப்போது சினிமாக் களில் வருவது போன்ற ஒரு கதையை பண்டைக் காலத்தில் எகிப்தியர்கள் 'பாபிர'ஸில் (ஓவியங்களோடு!) எழுதி வைத் திருக்கிறார்கள். ('பிறகு என்ன நடந்தது?' என்று யாரும் படபடக்க வேண்டாம்! நீண்ட கதை அது. பலவித உணர்ச்சிப் போராட்டங்கள், திருப்பங்களுக்குப் பிறகு சகோதரர்கள் 'க்ளைமாக்ஸில் ஒன்று சேருகிறார்கள் என்பதை மட்டும் தெரிந்து கொண்டால் போதுமானது!)

அக்ரோ போலிஸ்

ஏதென்ஸ் - எழுச்சியின் மறுபெயர்!

இன்றைக்கும், தென் ஐரோப்பியாவில் உள்ள எந்த நாட்டுக்கு நாம் சென்றாலும் அங்கே சிதிலமடைந்திருக்கும் கலைநயம் மிகுந்த சிற்பங்கள், தூண்கள், படிக்கட்டுகள், பாலங்கள், ஸ்தூபிகள்... என்று கிரேக்க நாகரிகத்தை மௌனமாகச் சுட்டிக்காட்டும் சின்னங்கள் நம் கண்களில் பட்டுக்கொண்டே இருக்கும். தென் ரஷ்யாவில் உள்ள கடற்கரைப் பிரதேசங்களுக்குச் சென்றால் கூட 'இங்கே மண்ணுக்கடியில் ஒரு பெரிய கிரேக்க நகரம் புதையுண்டிருக்கிறது!' என்று 'கைய்டு' நம் காதில் கிசுகிசுப்பார்!

கி.மு. ஆறாம் நூற்றாண்டில் பிரான்ஸ், ஸ்பெயின், இத்தாலி, வட ஆப்ரிக்கா, சைப்ரஸ், துருக்கி போன்ற அனைத்து நாடுகளைச் சேர்ந்த பகுதிகளையும் கிரேக்கர்கள் வாள் முனையில் வசப்படுத்தினார்கள். பிற்பாடு அலெக்ஸாந்தர் தலைமையில் அந்த வாள் முனை இந்தியா வரை நீண்டது தெரிந்த விஷயம்!

'கிரேக்கம்' என்றால் ஒரு தனிப்பெரும் நாடு என்று தவறாகப் புரிந்துகொள்ளக் கூடாது. கிரேக்க நாடுகள் என்பதே சரி!

19

ஒவ்வொன்றும் சுதந்தரமான, தனித்தனி ராஜ்ஜியமாக செயல்
பட்டு வந்தது. மனோபாவம், அணுகுமுறை, கனவுகள்
எல்லாமே ஒவ்வொரு ராஜ்ஜியத்துக்கும் மாறுபட்டிருந்தது.
அடிப்படையில் பொதுவான கிரேக்க கலாசாரம் வேராகப் படர்ந்
திருந்தாலும் வெளிப்படையில் இந்த ராஜ்ஜியங்கள் தங்களுக்குள்
தொடர்ந்து மோதிக்கொண்டன.

உதாரணமாக ஏதென்ஸ் நாடும், ஸ்பார்ட்டா நாடும் மேற்
கொண்ட போர்கள் வரலாற்றுப் பிரசித்தி பெற்றவை. இப்
போதும் அடித்துக்கொள்ளும் அண்ணன் - தம்பியைப் பார்த்து
'ஏன் இரண்டுபேரும் ஏதென்ஸ், ஸ்பார்ட்டா மாதிரி இருக்கி
றீர்கள்?' என்று கேட்கும் அளவுக்கு!

ஆனால், கிரேக்க நாடுகளில் ஒட்டுமொத்தமாகத் தனித்தன்மை
யுடன் ஜொலித்தது ஏதென்ஸ்! அட்டிகா என்னும் மலைகள்
சூழ்ந்த பகுதியில் இருந்த ஏதென்ஸ் இன்றைய பெங்களூர்
நகரத்தின் அளவுதான் இருக்கும். ஜனத்தொகை அதிகபட்சம்
நான்கு லட்சத்தைத் தாண்டியதில்லை. இருப்பினும் ஏதென்ஸ்
பெற்ற பெருமையையும் வரலாற்றுச் சிறப்பையும் எந்தக்
காலத்திலேயும் மிகச் சில உலக நாடுகளே பெற முடிந்தது. வீரம்,
கலாசாரம் இவற்றைத் தவிர அறிவுச்சுடர் வீசும் சிந்தனைக்
களஞ்சியமாகவும் ஏதென்ஸ் திகழ்ந்தது, பிரமிப்பான விஷயம்!

ஏதென்ஸ் மீது படையெடுத்த பாரசிகம், கி.மு. 480-ல் ஏதென்ஸ்
நகரை துவம்சம் செய்து சூறையாடி தீக்கிரையாக்கியது. பிறகும்
ஏதென்ஸ் மண்ணுக்கடியிலிருந்து மீண்டும் சிலிர்த்தெழுந்தது.
தங்களுடைய அகலாத வீரத்தை முன்னிறுத்தி பாரசிகத்தைப்
போரில் வென்று ஏதென்ஸ் வீரர்கள் பழிதீர்த்தார்கள். தோல்வி
களும், அவமானங்களும் ஏதென்ஸ் மக்களைத் துவள வைக்க
வில்லை. மாறாகச் சோதனைகள் அவர்களுக்குப் புதிய தன்னம்
பிக்கையைத்தான் தந்தது. எந்த இடர்ப்பாடுகள் வந்தாலும் அவர்
களுடைய எண்ணங்களும், கனவுகளும் அசையாமல் நின்றது
ஆச்சரியம்!

பாரசிகப் போருக்குப் பின் ஏதென்ஸ் செய்த முதல் வேலை,
துறைமுகத்திலிருந்து தலைநகருக்கு, ஏழு கி.மீ. தொலைவுக்குப்
பக்கத்துப் பக்கத்தில் (Parallel) கோட்டைச் சுவர்களை எழுப்பியது
தான். அதன் வழியாகத் தளவாடங்களையும் பாதுகாப்பாகக்
கொண்டுசென்றார்கள். போர்க்காலங்களில் உணவுப் பொருள்

களும் இறக்குமதி ஆயின. இரு சுவர்களுக்கு நடுவே என்ன போக்குவரத்து நிகழ்கிறது என்பதே வெளி உலகுக்குத் தெரியாது! ஆகவே மீண்டும் மீண்டும் புதுப்பொலிவுடன் எழுந்து நின்றது ஏதென்ஸ். இந்த வகையான நுணுக்கமான திட்டங்கள் போடு வதற்கு நடுவே வெளிப்படையான பெருமித உணர்வும் ஏதென்ஸ் மக்களுக்கு இருந்தது.

தங்கள் நாட்டுக்குப் பெயர் தந்த 'ஏதீனா' என்னும் பெண் கடவுளுக்காக ஓர் அற்புதமான ஆலயத்தை 'அக்ரோ போலிஸ்' என்று அழைக்கப்பட்ட இடத்தில் ஒரு குன்றின் மீது அவர்கள் கட்டினார்கள். 'அக்ரோ' என்றால் 'உயர'. 'போலிஸ்' என்றால் 'நகரம்'! (நகரத்தைப் பாதுகாப்பவர்களுக்கு போலீஸ் என்று பெயர் வந்தது இதிலிருந்துதான்!)

ஆலயத்தின் கர்ப்பக்கிருகத்தில் ஏதீனா சிலையை உருவாக்க, அப்போது மிகப் புகழ்பெற்றிருந்த பிடியாஸ் என்னும் சிற்பியை அழைத்து அந்தப் பணியை ஒப்படைத்தார்கள். ஏதீனா சிலை மீது தங்கம், வைரத்திலிருந்து தந்தம் வரை அற்புதமான ஆபரணங்கள் ஜொலித்தன. 'பார்த்தினான்' என்று அழைக்கப்பட்ட அந்தப் பெரிய ஆலயம் பல நூற்றாண்டு களுக்குப் பிறகும் அழியாமல், சிதையாமல் இருந்து, கிறிஸ்த வர்கள் ஆட்சியில் தேவாலயமாகவும், இஸ்லாமிய ஆக்கிர மிப்பு நிகழ்ந்த பிறகு மசூதியாகவும் பயன்படுத்தப்பட்டது என்றால் பார்த்துக் கொள்ளலாம்! (கடைசியில் 1687-ல் வெனிஸ் படை நிகழ்த்திய பீரங்கித் தாக்குதலில்தான் அந்த ஆலயம் முதல்முறையாகச் சிதிலமடைந்தது!)

கி.மு. நானூறுகளில், ஏதென்ஸ் நாடு கொடிகட்டிப் பறந்தபோது கோடைக் காலத்தில் மட்டுமே மூன்றுமுறை பல்லாயிரக் கணக்கில் மக்கள் நடந்து மலையேறி ஏதீனா 'அம்மனுக்கு'க் கோலாகலமாக திருவிழாக்கள் கொண்டாடினார்கள். அதில் தமிழர்களின் பொங்கல் பண்டிகையைப் போலவே அறு வடையைக் கொண்டாடும் வகையில் பவுர்ணமி இரவில் ஓர் ஆர்ப்பாட்டமான விழாவும் அடக்கம்!

கி.மு. 670-ல் கிரேக்கத் தீவான ஏஜீனாவில்தான் முதன்முதலில் கச்சிதமாக நாணயங்கள் தயாரிக்கப்பட்டன. வெள்ளி நாணயங் கள்! நாணயங்களில் அச்சிட முதல் உருவமாக அவர்கள் தேர்ந் தெடுத்தது ஆமை! ('ஆமை புகுந்த வீடு' என்று நாம் சொல்வ

துண்டு. ஆனால் முதன்முதலில் நாணயங்களில் நடுநாயகமாக இடம்பெற்றது தான்தான் என்று வெளியே சொல்லிக் கொள்ளா மல் ஆமைதான் எவ்வளவு அடக்கமாக இருந்து வருகிறது!)

கிரேக்கர்கள் ஒவ்வொரு கலையையும் 'பர்ஃபெக்ட்' ஆக கற்றுக் கொண்டார்கள். இந்தியாவிலிருந்து வல்லுநர்களை மெனக் கெட்டு வரவழைத்து கோழி வளர்ப்புப் பற்றி நுணுக்கமாகத் தெரிந்துகொண்டவர்கள் அவர்கள்!

எகிப்தியர்களிடமிருந்து கிரேக்கர்கள் கற்றுக்கொண்ட கட்டடக் கலைதான் பிற்பாடு இத்தாலியெங்கும் தனிப்பெரும் நேர்த்தி யுடன் பரந்து வளர்ந்து பிரமிப்பூட்டியது.

இன்று உலக நாடுகள் அனைத்தையும் பைத்தியம் பிடிக்க வைத்திருக்கும் ஒரு முக்கியமான விஷயத்தைத் தொடங்கி வைத்ததும் கிரேக்கர்கள்தான். அதுதான் விளையாட்டு! ஆமாம். விளையாட்டுகளில் போட்டி, ரூல்ஸ், நேரம், பரிசு போன்ற பல விஷயங்களை முதலில் ஆரம்பித்து வைத்தது கிரேக்கம்! கி.மு. 776-ல் முதல் ஒலிம்பிக்ஸ் போட்டி அங்குதான் நிகழ்ந்தது! ரன்னிங் ரேஸ், குண்டு எறிதல், லாங் ஜம்ப், ரேக்ளா ரேஸ், மல்யுத்தம்... எல்லாம் முதல் ஒலிம்பிக்ஸிலேயே உண்டு! நாலு வருஷங்களுக்கு ஒருமுறை ஒலிம்பிக்ஸ் நடந்தது. ஆட்டத் தொடக்கத்தில் விளையாட்டு வீரர்கள் உடையணிந்திருந்தாலும் போகப் போக எல்லாவற்றையும் களைந்தெறிந்துவிட்டுப் பிறந்த மேனியுடன் போட்டிகளில் கலந்துகொண்டார்கள். வட்டவடிவ மாகப் பின்னப்பட்ட 'ஆலிவ் இலை கிரீடம்'தான் அன்று ஒலிம்பிக் தங்கப் பதக்கம்!

எல்லா கிரேக்க ராஜ்ஜியங்களும் 'ஒலிம்பிக்ஸி'ல் கலந்து கொண்டாலும் இப்போதுள்ள சில நாடுகளைப் போல அப்போதும் சில ராஜ்ஜியங்கள் போட்டியில் அதிக வெற்றிகளை அடைய எதை வேண்டுமானாலும் செய்யத் தயாராக இருந்தன! தென் இத்தாலிப் பகுதியில் இருந்த க்ரோட்டன் என்கிற கிரேக்க நாடு மற்ற ராஜ்ஜியங்களில் வாழ்ந்த மிகச் சிறந்த விளையாட்டு வீரர்களுக்குப் பெரும் பணம் கொடுத்து தங்கள் நாட்டுக்குக் குடியேறச் செய்து அந்த வீரர்களுக்கு ஸ்பெஷல் சலுகைகள் வசதியெல்லாம் செய்து தந்தது. அதன் காரணமாக கி.மு. 588-லிருந்து 100 ஆண்டுகளுக்கு 'பதக்கப் பட்டியலில்' க்ரோட்டன் முதலிடத்தில் இருந்தது!

குறிப்பாக, மைலோ என்கிற மல்யுத்த வீரர் தொடர்ந்து ஐந்து ஒலிம்பிக் போட்டிகளில் தங்கப்பதக்கத்தை க்ரோட்டனுக்குப் பெற்றுத் தந்தார். வெற்றி பெற்றவுடன் முழுசாக ஒரு காளை மாட்டை தலைக்கு மேலே தூக்கிப் பிடித்தவாறு ஸ்டேடியத்தை வலம் வருவது அவர் வழக்கம்! க்ரோட்டன் மீது பொறாமை கொண்ட ஸைபாரிஸ் என்னும் கிரேக்க நாடு தனிக்கட்சி ஆரம்பிப்பது போல போட்டி ஒலிம்பிக்ஸ் ஒன்றை ஆரம்பித்தது. இதனால் இரு நாடுகளுக்கும் போர் கூட மூண்டது!

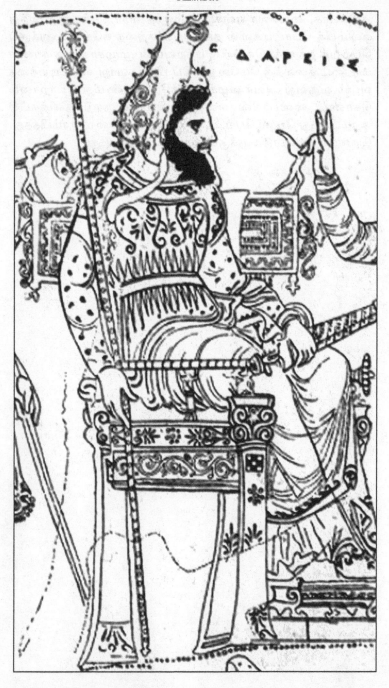

ஒரு குத்து!

கிறிஸ்து பிறப்பதற்கு 500 ஆண்டு களுக்கு முன்பு மிகப்பெரிய வல்லரசாக உயர்ந்து நின்ற நாடு பாரசிகம் (இன்றைய இரான்). உலக வரலாற்றில், பாரசிக அரசர்களான ஸைரஸ், டேரியஸ், ஸெர்க்ஸஸ் போன்றவர்கள் 'மாபெரும் மன்னர்கள்' என்கிற பட்டியலில் இடம் பெறுபவர்கள். கி.மு. 550-ல் தொடங்கி, பாரசிகம் தன் வல்லமையை மேலும் முடுக்கிவிட்டு மேற்கிலும், கிழக்கிலும் எல்லைகளை விரிவுபடுத்துவதில் இறங்கியது. கி.மு. 546-ல் ஸைரஸ் ஆட்சியில் பாரசிகப் படை சுற்றுவட்டார நாடுகளையெல் லாம் கைப்பற்றி கடைசியில் லிடியா நாட்டை (இன்றைய துருக்கி) அள்ளிப் போட்டுக்கொண்டது. மிச்சமிருந்தவை ஏஜியன் கடலோரமாக இருந்த கிரேக்க ராஜ்ஜியங்களே!

பெரும் வல்லரசுடன் கிரேக்கர்களின் குட்டி நாடுகள் எப்படி மோதுவது? பாரசிகப் படையைப் பார்த்த உட னேயே கிரேக்க நாடுகள் ஒரு குவளை யில் தண்ணீரும், சிறு பெட்டியில் மண்ணையும் பாரசிக மன்னருக்கு அனுப்பின. மண், நீர் - இந்த இரண்டை

20

யும் சம்பிரதாயமாக எதிரிநாட்டு மன்னனுக்கு அனுப்பினால் சரணாகதி என்று பொருள்! ஸைரஸ் ஒன்றும் செங்கிஸ்கான் அல்ல. வரலாற்றுப் புத்தகத்தில் ஒரு பேரரசராகப் பெயர் எடுக்கவேண்டும் என்கிற அக்கறை கொண்ட அந்த மன்னர், கிரேக்க மக்களை கொடுங்கோல் ஆட்சியால் நசுக்கவில்லை தான். இருப்பினும், கிரேக்க மக்கள் மிகுந்த அவமானம் அடைந் தார்கள். நேரம் பார்த்து அந்நியர்களின் இரும்புப்பிடியிலிருந்து விடுபட்டே ஆக வேண்டும் என்கிற ஆசையும் ஆவேசமும் அவர்களுக்குள் கொப்பளித்துக் கொண்டே இருந்தது.

திடீரென்று... மைக் டைசனை ஒரு சாமான்ய குத்துச் சண்டை வீரன் நாக் அவுட் செய்து விடுவது போன்ற ஒரு நிகழ்ச்சி நடந்து, அச்செய்தி கிரேக்கர்களின் காதில் விழுந்தது!

கி.மு. 513-ல் ஸைரஸுக்குப் பிறகு ஆட்சிக்கு வந்த மாவீரரான டேரியஸ், ஒரு படையை ஸிதீயா என்னும் குட்டி நாட்டுக்கு அனுப்ப, ஸிதீயர்களின் குதிரைப் படை வீரர்கள் எதிர்பாராத விதமாக, ஆவேசமாகப் போரிட்டு பாரசிகப் படை என்னும் கோலியத்தைத் துரத்தியடித்தார்கள்! இந்தச் செய்திதான் கிரேக்கர்கள் காதில் தேனாக விழுந்தது! 'அப்படி என்றால் பார சிகப் படை தோற்கடிக்க முடியாத படை ஒன்றும் கிடையாது!' என்று கிரேக்கர்கள் தங்களுக்குள் பேசிக்கொண்டார்கள்!

நாக்ஸோஸ் என்கிற கிரேக்கத் தீவு ராஜ்ஜியம்தான் முதன்முதலில் புரட்சிக் கொடியை உயர்த்திப் பிடித்தது. அந்நாட்டை மேற் பார்வையிட்டு வந்த பாரசிகப் படை மீது கிரேக்கர்கள் திடீர் தாக்குதல் நிகழ்த்தியதில்... அட, வெற்றி! அவ்வளவுதான், அத்தனை கிரேக்க ராஜ்ஜியங்களும் பாரசிக ஏகாதிபத்தியத்துக்கு எதிராக (நிஜ) போர்க்கொடி தூக்கிவிட, இதைக் கேள்விப்பட்ட டேரியஸ் சக்கரவர்த்தியின் கண்கள் சிவந்துபோயின! டேரியஸின் பதிலடி பயங்கரமாக இருந்தது. முதல் நடவடிக்கையாக ஒரு பெரும் படை மிலிடெஸ் என்னும் ராஜ்ஜியத்துக்குள் புகுந்து துவம்சம் செய்துவிட்டது. அத்தனை மக்களும் மெஸபொடேமிய பாலைவனத்துக்கு நாடு கடத்தப்பட்டார்கள். மிலிடெஸ் தலைநகர் தரைமட்டமாக்கப்பட்டது. அங்கே விஜயம் செய்த டேரியஸ், ஒரு உயரமான சிம்மாசனத்தில் அமர்ந்து கோபம் தணியாமல் மற்ற கிரேக்க நாடுகளுக்கு 'எங்கே மண், நீர்?!' என்று கேட்டனுப்பிக் கர்ஜித்தார். மிலிடெஸ் மக்களுக்கு ஏற்பட்ட கதியை நினைத்து திகிலடைந்த மற்ற கிரேக்க நாடுகள் தலைகுனிந்தவாறு

மண்ணையும் நீரையும் டேரியஸ் காலடியில் வைத்து மன்னிப்பு கேட்டன. சும்மா இருந்தது ஏதென்ஸ் மட்டுமே. அந்நாட்டை மண்டியிடச் சொல்லித் தூதர்களை அனுப்பினார் டேரியஸ். ஏதென்ஸ் நாட்டு அரசரைச் சந்தித்த பாரசிக தூதர்கள் மிகவும் திமிராகப் பேசி மிரட்ட, வெகுண்டார் ஏதென்ஸ் தலைமைத் தளபதி. மறுவிநாடி தூதுவர்களின் தலைகளை அவருடைய வாள் மண்ணில் வீழ்த்தி உருட்டிவிட்டது.

இதைக் கேள்விப்பட்ட பாரசிக சிங்கத்தின் பிடரி ஏராளமான சினத்துடன் சிலிர்த்தது. 'ஏதென்ஸ்' உள்பட அத்தனை கிரேக்க நாடுகளையும் உலக வரைபடத்திலேயே இல்லாமல் செய் கிறேன்! என்று முழங்கினார் டேரியஸ். மிகப் பெரிய படையொன்று பளபளக்கும் வாட்களை உயர்த்திப் பிடித்தவாறு கிரேக்கர்களை ஒருவழி பண்ணக் கிளம்பியது.

கி.மு. 490 செப்டம்பர் 16, பாரசிகப் படையைச் சேர்ந்த நாற்பதி னாயிரம் வீரர்கள் மாரத்தான் வளைகுடாவை அடைந்தார்கள். அங்கிருந்து ஏதென்ஸ் 26 மைல். பாரசிகப் படை வந்திறங்கிய தகவல் கிடைத்தவுடன் ஏதென்ஸ் சற்றுக் கவலை அடைந்தது உண்மை. அலைகடலெனக் காட்சி தரும் எதிரிகளை முறியடிக்க நம்முடைய படை மட்டும் போதுமா என்கிற கவலை. அண்டை நாடான ஸ்பார்ட்டாவிடம் உதவி கேட்பதற்காக பிலிப்பைட்ஸ் என்னும் ஒலிம்பிக் ஓட்டப்பந்தய வீரரை அனுப்ப முடிவு செய்தது ஏதென்ஸ் அரசு (ஏதென்ஸிடம் காலாட்படை மட்டுமே உண்டு. குதிரைப் படை கிடையாது!). ஏதென்ஸிலிருந்து ஸ்பார்ட்டா 140 மைல். பிலிப்பைட்ஸ் படுவேகமாக ஓடி ஒரே நாளில் ஸ்பார்ட்டாவுக்குப் போய்ச் சேர்ந்தார்!

ஸ்பார்ட்டாவில் அப்போது அப்போலோ கடவுளுக்கு திருவிழா நடந்துகொண்டிருந்தது. திருவிழாவுக்குக் கொடியேற்றி விட்டால் ராணுவம் ஊரைவிட்டு வெளியேறக் கூடாது என்பது சம்பிரதாயம். தர்மசங்கடத்தில் ஆழ்ந்த ஸ்பார்ட்டா, 'ராணுவ உதவி செய்யத் தயார். ஆனால் சில நாட்கள் கழித்துத்தான் எங்கள் வீரர்களை அனுப்ப முடியும்!' என்றது. பிலிப்பைட்ஸ் இந்தத் தகவலுடன் மீண்டும் (ஒரே நாளில்) ஓடி ஏதென்ஸ் வந்து சேர்ந்தார்.

ஸ்பார்ட்டாவின் படை வரும்வரை பாரசிகர்களை காத்திருக்கச் சொல்ல முடியுமா என்ன?! நாமே சமாளிக்க வேண்டியதுதான் என்று முடிவு கட்டிய ஏதென்ஸ் வீரர்கள் பாரசிகப் பெரும் படையை எதிர்கொண்டார்கள்.

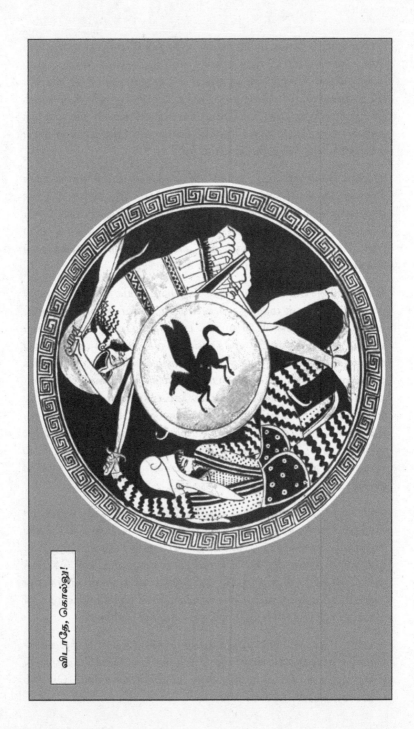

விடாதே, கொல்லு!

கிரேக்க - பாரசிகப் போர்!

மனித சமுதாயம் வாளை உயர்த்த ஆரம்பித்ததைத் தொடர்ந்து நிகழ்ந்த முக்கியமான போர்களில் கிரேக்கமும் பாரசிகமும் மோதிக்கொண்ட மாரத் தான் போரும் ஒன்றாகக் கருதப் படுகிறது. வெறுமனே நிலப்பகுதி களுக்காக அடித்துக் கொள்ளாமல் சுய மரியாதைக்காகவும், சுதந்தர வேட்கை யின் அடிப்படையிலும் நிகழ்ந்த போர் அது என்பதே காரணம்!

கி.மு. 490 செப்டம்பர் 16-ல் நேருக்கு நேர் அணிவகுத்த பாரசிக - கிரேக்கப் படைகளுக்கு இடையே ஏற்றத்தாழ்வு கள் இருந்தன. யுத்தம் ஆரம்பமானது - கிரேக்கப் படைகளைவிட பாரசிகப் படை நான்கு மடங்கு பெரியது. அதா வது ஒவ்வொரு கிரேக்க வீரனுக்கும் எதிராக நான்கு பாரசிக வீரர்கள்! ஆகவே வெறும் பலத்தால் பாரசிகப் படையை முறியடிக்க முடியாது என் பதை கிரேக்கத் தளபதிகள் புரிந்து கொண்டார்கள். பாரசிகத்தை ஜெயிக்க, போர் நுணுக்கங்களும் புத்திசாலித் தனமும்தான் தேவை!

தவிர, ஏதென்ஸ் வீரர்களிடம் குதிரைப் படை இல்லாதது ஒரு பெரும்

21

குறையாக இருந்தது. எதிரேயோ, எதிரிகளின் குதிரைகள் வில்லேந்திய வீரர்களைச் சுமந்தவாறு, திமிறிக் கொண்டிருந்தன!

இருப்பினும், பாரசிகப் படையை எதிர்த்து நின்ற ஏதென்ஸ் வீரர்கள் ஆச்சரியமாகச் செயல்பட்டார்கள். இடது கையில் கேடயம், வலது கரத்தில் ஈட்டி, நெருக்கமான மோதலின்போது பயன்படுத்த இடையில் வாள்... இது சகிதம் தோளோடு தோள் உரச, கேடயங்களால் தங்களை மறைத்தவாறு முன்னேறிய கிரேக்கப் படையைப் பார்த்தபோது பல்லாயிரக்கணக்கான கேடயங்கள் ஒரு நீண்ட சுவராக முன்னேறுவதைப் போல் இருந்தது! அத்தனை கேடயங்களுக்கு நடுவிலிருந்தும் ஈட்டிகள் தயாராக நீண்டன. கிரேக்க வீரர்களின் உடலே தெரியாததால் தங்கள் அம்பு மழை பயனற்றுப் போனது கண்டு பாரசிக வீரர்கள் கவலையுற்றார்கள்.

வரிசை வரிசையாக தொடர்ந்து முன்னேறிய கிரேக்கப் படை வீரர்களின் கூர்மையான ஈட்டிகள் பாய்ந்து வந்த குதிரை வீரர்களை வீழ்த்தியது. தொடர்ந்து ஏதென்ஸ் வீரர்களின் வாட்கள் சுழன்று சிவந்தன.

ஒரு கிரேக்க வீரன் செத்து வீழ்ந்தால், அவனுக்குப் பின்னா லிருந்த வீரன் தொடர்ந்து முன்னேறினான்!

பரவலான மைதானத்தில் குதிரைகள் மீதமர்ந்து பாய்ந்து சென்று போர் புரியும் பழக்கமுள்ள பாரசிக வீரர்களுக்கு, ஜப்பானிய சுமோ வீரர்கள் ஸ்டைலில் நிகழ்ந்த இந்த 'தள்ளுமுள்ளு' யுத்தம் திகைப்பையும் குழப்பத்தையும் ஏற்படுத்தியது!

ஈட்டிகளால் குத்தப்பட்டு இறந்த வீரர்களின் உடல்கள் கீழேயே விழ முடியாமல், நின்றவாறே ஈட்டியில் சிக்கிக்கொண்டு அங்குமிங்கும் அலைக்கழியும் அளவுக்கு நெருக்கமான போர் நடந்ததாக வரலாற்று ஆசிரியர்கள் குறிப்பிடுகிறார்கள்!

ஒருவழியாக பாரசிகப் படை பின்வாங்க, பொழுதும் சாய்ந்தது. மறுநாள் போரில் எதிரிகள் சுதாரித்துக்கொண்டு மேலும் எச்சரிக்கையுடன் எதிர்கொள்வார்கள் என்று ஊகித்த கிரேக்கத் தளபதிகள், அடுத்தகட்ட போர்த்திட்டம் பற்றி ஆலோசித்தார் கள். தலைமைத் தளபதி மில்டியேட்ஸ் பாரசிக வீரர்கள் இரவு நேரத்தில் கடிவாளத்தையும், இருக்கைகளையும் அகற்றி குதிரைகளை புல் மேய விடுகிறார்கள். தவிர, குழுக் குழுவாகப்

பிரிந்து சென்று கூடாரங்களில் ஓய்வெடுக்கிறார்கள். நாம் இன்றிரவு போர் உடையைக் களையாமலேயே உறங்க வேண்டும்! அதிகாலையில் அவர்கள் குதிரைகளைத் தயார் செய்யக்கூட நேரம் தராமல் திடீர்த் தாக்குதல் நிகழ்த்துவோம். நம் வீரர்களின் ஒரு பிரிவு தனித்திருந்து, கடற்கரையோரம் நிறுத்தி வைக்கப்பட்ட பாரசிக போர்க் கப்பல்களை நோக்கி முன்னேறட்டும்!' என்று திட்டத்தை விவரித்தார்.

மறுநாள் விடிந்தபோது கிரேக்கர்கள் தீட்டிய திட்டம் சுலபத்தி லேயே நிறைவேறியது. பாரசிகர்கள் வீரத்தோடு போரிட்டும் இந்த திடீர் அதிகாலைத் தாக்குதல் அவர்களைப் பின்னடைய வைத்தது. அது சமயம் கிரேக்க வீரர்களின் ஒரு பிரிவு கடற் கரையை நோக்கிச் செல்வதைப் பார்த்த பாரசிகத் தளபதிகள் துணுக்குற்றார்கள். தங்கள் போர்க் கப்பல்கள் கைப்பற்றப்பட்டு விடுமோ என்கிற திகில் அவர்களைச் சூழ, அவற்றைக் காப்பாற்ற ஓடிய பாரசிகப் படையைத் துரத்தி சென்ற ஏதென்ஸ் வீரர்களின் கரங்கள் வாட்களை இயக்கின. தொடர்ந்து நடந்த ஆவேசப் போரில் ஆறாயிரத்துக்கும் மேற்பட்ட பாரசிக வீரர்கள் செத்து விழ, கடற்கரை ரத்தமயமானது. கிரேக்கத் தரப்பில் இழப்பு 192 வீரர்களே!

மறுநாள் ஸ்பார்ட்டாவிலிருந்து ஒரு படை உதவிக்கு வர, அதற் குள் ஏதென்ஸ் வீரர்கள் வெற்றிகரமாகக் காரியத்தை முடித்து விட்டது கண்டு ஆச்சரியப்பட்டுப் போன ஸ்பார்ட்டா தளபதிகள், ஏதென்ஸ் தளபதிகளின் முதுகில் தட்டிக் கொடுத்துவிட்டு 'கங்கிராட்ஸ்' சொல்லிவிட்டு திரும்பினார்கள்.

போரின் முடிவு கண்டு பாரசிக மன்னர் டேரியஸ் திகைத்துப் போய் உட்கார்ந்தார். இப்படி ஒரு தோல்வியை, அதுவும் பலம் குறைந்த எதிரிகளிடம் பின்வாங்க நேர்ந்ததை அவரால் நம்ப முடியவில்லை.

ஏதென்ஸ் வீரர்கள் வெற்றியோடு திரும்பியது கண்டு மக்கள் மகிழ்ச்சி ஆரவாரம் செய்தார்கள். 'என் மகன் மாரத்தான் போரில் பங்கேற்றான்' என்று ஒவ்வொரு தாயும் பெருமையோடு சொல்லிக்கொண்டாள்.

பிற்பாடு, ஏதென்ஸ் தளபதி மில்டியேட்ஸைப் பாராட்டும் விதத் தில் ஏதென்ஸ் தலைநகரில் அவருக்கு சிலை வடிக்கப்பட்டது.

தோற்றுப்போன அவமானத்தில் டேரியஸ் மன்னரின் உதடுகள் துடித்தன. 'இதை நாம் விடக்கூடாது. பாரசிக சாம்ராஜ்ஜியத்தை எதிர்த்து நிற்கும் இந்த துடுக்குத்தனமான ஏதென்ஸ் நாட்டுக்கு பாடம் புகட்டியே தீரவேண்டும்!' என்று உறுமினார் அவர்.

கிரேக்க ராஜ்ஜியங்கள் எல்லாமே கடற்கரையோரமாக அமைந்திருந்ததால், அதற்காகவே ஒரு பெரிய கடற்படையை உருவாக்க ஆணையிட்டார் டேரியஸ்.

கி.மு. 486-ல் டேரியஸ் இறந்த பிறகு, அவருடைய மகன் ஸெர்க்ஸஸ் அரியணையில் அமர்ந்தார். இறப்பதற்கு முன் தந்தைக்கு சத்தியம் செய்து கொடுத்ததை மறக்காமல் ஆயிரத்து இருநூறு போர்க் கப்பல்கள் அடங்கிய கடற்படையை உருவாக்கினார் ஸெர்க்ஸஸ். கூடவே கிரேக்கர்களை முறியடிக்க இரண்டரை லட்சம் போர் வீரர்கள்! இப்படியாக பாரசிக - கிரேக்க வன்மம் தொடர்ந்தது!

மீண்டும் பாரசிகம் கிரேக்க நாடுகள் மீது படையெடுத்தபோது அவர்களுடைய அளவுக்கதிகமான பிரும்மாண்டத்தைக் கண்டு சில நாடுகள் முன்னெச்சரிக்கையுடன் மண்டியிட்டாலும் ஏதென்ஸ் அசரவில்லை! ஸ்பார்ட்டாவுடன் இணைந்து பாரசிகப் படையை கிரேக்க வீரர்கள் மறுபடியும் எதிர்த்து நின்றார்கள். ஏதென்ஸ் மன்னர் தெமிஸ்டோகிள்ஸ் தன் பங்குக்கு இருநூறு விசாலமான போர்க்கப்பல்கள் கட்ட நிதி ஒதுக்கியிருந்ததால் ஏதென்ஸ் பலமும் அதிகரித்திருந்தது. ஆகஸ்ட் 17 கி.மு. 480-ல் தெர்மோபைலே என்கிற இடத்தில் நடந்த இப்போரில் இரு தரப்பிலும் இழப்புகள் ஏராளம்.

இந்த முறை ஏதென்ஸுக்கு இயற்கை உதவியது! திடீரென ஏற்பட்ட புயலில் கடலில் அணிவகுத்த இருநூறு பாரசிகப் போர்க் கப்பல்கள் தடுமாறி மூழ்கின. கடுங்கோபம் கொண்ட பாரசிக மன்னர், ஆவேசத்துடன் கடலுக்குள் இறங்கி நின்று ஒரு சவுக்கால் கடலை பலமுறை விளாசியதாகத் தகவல்!

ஏதென்ஸ் - ஸ்பார்ட்டா கூட்டுப்படையை நடத்திச் சென்ற ஸ்பார்ட்டாவின் தளபதி லியோனிடாஸ் புகழ் பெற்ற போர் வீரர். அவரது வீர சாகசங்களைக் கேள்விப்பட்ட ஸ்பார்ட்டா நாட்டுப் பெண்கள் எல்லோரும் அவரை ஹீரோவாகக் கருதி மெய் மறந்தார்கள் என்று சொல்லப்படுகிறது.

பாரசிக மன்னர் ஸெர்க்ஸஸ் 'எங்கள் வில் வீரர்களின் திறமை உங்களுக்கு நாளை புரியப்போகிறது. அவர்கள் வில்லிலிருந்து புறப்படும் அம்புகள் சூரியனை, கருமையான மேகங்களைப் போல மறைக்கும்!' என்று லியோனிடாஸை மிரட்ட பதிலுக்கு லியோனிடாஸ் 'ரொம்ப நல்லது. அந்த அம்புகளின் நிழலில் எங்கள் வீரர்கள் போர் புரிந்து உங்களை முறியடிப்பார்கள்!' என்று கேலியாகச் சொல்லியனுப்பினார்.

இன்னொரு குயுக்தியான திட்டம் ஒன்றைத் தீட்டினார் லியோனிடாஸ்! ஒரு தூதுவரை அனுப்பி அவரை கட்சி மாறுவதைப் போல நடிக்கவைத்து, 'வளைகுடாவில் ஒரு குறிப்பிட்ட குறுகலான கடற்பகுதி வழியே பாரசிகக் கப்பல்கள் நுழைந்தால் சுலபமாக ஏதென்ஸ் படையை வீழ்த்தலாம்!' என்று பாரசிகத் தளபதிக்குச் சொல்லி நம்பவைத்தார்.

பாரசிகக் கப்பல்கள் அந்த வழியே நுழைந்தவுடன் மலை களுக்குப் பின்னால் கடலில் மறைந்திருந்த கிரேக்க போர்க் கப்பல்கள் அவற்றை சுற்றி வளைத்துக்கொண்டன. கடலில் நிகழ்ந்த பெரும் போரில் பாரசிகர்கள் அறுநூறு கப்பல்களை இழந்து பின்வாங்க நேரிட்டது. கிரேக்கர்கள் தரப்பில் இழந்த கப்பல்கள் எழுபது! மீண்டும் வெற்றி!

இதற்குப் பிறகு பாரசிகம் கிரேக்கர்களிடம் விளையாடவில்லை. ஏதென்ஸ் பெரும் சக்தியாக மாறியதும், அங்கே கலையும், இலக்கியமும், தத்துவமும் கிளர்ந்தெழுந்ததும் அதற்குப் பிறகுதான்!

ஹிராடெடஸ்

சோக நாடகங்களின் தந்தை!

மிகச் சிறியதாக இருந்தாலும் வைரக் கல்லின் மதிப்பே தனி என்பது போல ஏதென்ஸ் நாடும் சிறிதுதான். இருப்பினும் அதன் புகழும், செல்வாக்கும் உலகின் பல நாடுகளின் கலாசாரத்தை மாற்றியமைத்ததை மறுக்க முடியாது.

மும்பை நகர் அளவிலிருந்த ஒரு நாடு. எப்படி உலக வரலாற்றில் அழியாத முத்திரையைப் பதிக்க முடிந்தது என்பது வியப்பான விஷயம்.

ஏதென்ஸில்தான் எஸ்கீலஸ், ஸஃபக்ளீஸ், யூரிபீடீஸ் போன்ற இலக்கியவாதிகள் காவியங்களுக்கும் நாடகங்களுக்கும் அற்புதமான அஸ்திவாரம் போட்டார்கள். அங்கே வாழ்ந்த அரிஸ்டெபனீஸ் எழுதிய காமெடி நாடகங்கள் நையாண்டி இலக்கியத்துக்கே முன்னோடியாக அமைந்தது.

ஹிராடெடஸ் வரலாற்று நூல்களின் தந்தையாகவும் ஹிப்பக்ரடீஸ் மருத்துவத்தின் தந்தையாகவும் இன்றளவும் கருதப்படுகிறார்கள். சாக்ரடீஸ், ப்ளேட்டோ, அரிஸ்டாட்டில் போன்ற தத்துவ மேதைகளைப் பற்றிச் சொல்லத் தேவையில்லை!

22

கிரேக்க மண்ணில் வீரத்தினால் இலக்கியம் மிளிர்ந்ததா அல்லது இலக்கியத்தால் வீரம் நிமிர்ந்ததா என்று சொல்லமுடியாத அளவுக்கு இரண்டும் பின்னிப் பிணைந்திருந்தது. ஆனால், கிரேக்கப் போர்களில் அடைந்த வெற்றிகளைக் கொண்டாட கிரேக்கர்களுக்கு இலக்கியம் தேவைப்பட்டது. தோல்விகளுக்கும் இலக்கியம் வடிகாலாக உதவியது.

ஆம்! ட்ராஜடி என்கிற சோக நாடகங்கள் முதலில் தோன்றியது ஏதென்ஸில்தான். கி.மு. ஐந்நூறுகளில், போர்களில் வெற்றிக் கொடி நாட்டிய பிறகு அதைக் கொண்டாடும் வகையில் ஏராளமான பாடல்களுடன் கூடிய நாடகங்கள் ஏதென்ஸில் அரங்கேறின.

பிறகு பெரிய அளவில் நாடகப் போட்டிகள் நடத்தும் அளவுக்கு நாடகக் கலை வளர்ந்தது!

ட்ராஜடி, சீன், ஆர்க்கெஸ்டிரா போன்ற ஆங்கில வார்த்தைகளெல்லாம் கிரேக்க மொழியிலிருந்து வந்தவையே! போட்டியில் வெற்றி பெறும் சோக நாடகத்துக்கு செம்மறியாடு ஒன்றைப் பரிசாகக் கொடுப்பது பண்டைய கிரேக்கச் சம்பிரதாயம். கிரேக்கத்தில் Tragos என்றால் செம்மறியாடு என்று அர்த்தம். Tragedy வந்தது அதிலிருந்துதான்!

அற்புதமான, நெஞ்சை உருக்கும் சோக நாடகங்கள் எழுதுவதைத் தொடக்கி வைத்த எஸ்கிலஸ், கி.மு. 525-ல் பிறந்தார். புகழ்பெற்ற மாரத்தான் போரில் பங்கேற்று வீரத்தோடு போரிட்ட நாடகாசிரியர் எஸ்கிலஸ்!

நாடகத் தந்தை என்று அழைக்கப்பட்டாலும் எஸ்கிலஸ் தான் இறந்தபிறகு கல்லறையில் எழுதச் சொன்ன வாசகம் இதுதான்! - 'இது எஸ்கிலஸின் கல்லறை. அவருடைய வீரத்துக்கு அவர் பங்கேற்ற மாரத்தான் போரே சாட்சி சொல்லும்!'

நாடகக் கலையில் முதன்முதலாக பல புதிய அம்சங்களைப் புகுத்தியவர் எஸ்கிலஸ். அவருடைய பிரவேசத்துக்கு முன் வரை நாடக மேடையில் ஒரே ஒரு கதாபாத்திரம் மட்டுமே நின்று வசனங்களை உச்சரிப்பார்! இரண்டாமவராக ஒரு நடிகரை நாடகத்தில் முதலில் புகுத்தியவர் எஸ்கிலஸ் தான்! அதிலிருந்துதான் 'டயலாக்' என்னும் - நாடகத்தில் இருவர் உரை

யாடும் - வழக்கமே ஆரம்பித்தது! கதாபாத்திரங்களுக்கேற்ப 'மேக்கப்' போடுகிற வழக்கத்தைத் தொடங்கி வைத்ததும் அவரே!

துரதிருஷ்டவசமாக எஸ்கீலஸ் எழுதிய பல நாடகங்கள் தொலைந்துபோய்விட்டன. தப்பித்தது சில பொக்கிஷங்களே. அதில் முக்கியமானது கி.மு. 458-ல் எழுதப்பட்ட 'ஓரிஸ்டீயா'! ஒரே அடிப்படைக் கதையோடு அமைந்துள்ள மூன்று குறு நாடகங்கள் இணைந்த பெரும் நாடகம் அது!

ஓரிஸ்டீயாவின் கதைச்சுருக்கமே பிரமிப்பூட்டுகிறது!

ட்ரோஜன் யுத்தத்தில் (மாபெரும் மரக்குதிரையிலிருந்து வீரர் கள் வெளிப்பட்ட போர்!) கிரேக்கப் படைக்குத் தலைமை தாங்கிய அகெமெம்னான் வாழ்க்கையிலிருந்து கதை தொடங்குகிறது.

அந்தப் போருக்கு முன் கடலில் புயல் அடிக்க போர்க் கப்பல் களை கடலுக்குள் கொண்டுபோக முடியாத நிலை ஏற்படுகிறது. வாயுதேவதையான ஆர்டெமிஸுக்கு அகெமெம்னானின் மகள் இஃபிஜீனியாவை பலி கொடுத்தால்தான் புயல் நிற்கும் என்கிறது அசரீரி.

தன் மனைவி அதை அனுமதிக்கமாட்டாள் என்று ஊகிக்கும் அகெமெம்னான் மகளுக்கு அகிலீஸ் என்னும் மகா வீரனுடன் திருமணம் செய்யப்போவதாகப் பொய் சொல்லிவிட்டு மகளை அழைத்துச் சென்று பலி கொடுத்து விடுகிறான்.

கணவன் தன்னிடம் பொய் சொன்னது தெரிந்து கடுங்கோபம் கொள்கிறாள் மனைவி.

பத்து ஆண்டுகள் கழித்து அகெமெம்னான் நாடு திரும்பு கிறான். மனைவியின் பழி உணர்வு அகலவில்லை. தன் காதலனுடன் சேர்ந்து சதித்திட்டம் தீட்டி, கணவன் குளித்துக் கொண்டிருக்கும்போது அவனைக் கொலை செய்கிறாள் மனைவி.

மகளைப் பலி கொடுத்த குற்றத்துக்குப் பழிதீர்க்க வேண்டிய நியாயம் தாயின் தரப்பில் இருந்தாலும் இப்போது கணவனைக் கொன்ற பழிக்கு ஆளாகிறாள் அவள்!

மனிதர்களிடையே பழிதீர்க்கும் எண்ணத்தைத் தோற்றுவிக்கும் பெண் கடவுள் எரின்யெஸ் 'ஒருபோதும் பழிதீர்க்காமல் மனிதன் இருந்துவிடக் கூடாது' என்பதில் மிகவும் குறியாக இருப்பவள்!

மனைவிக்கு அந்தக் கடவுளின் தர்மப்படி என்ன நேர வேண்டும்? நாடகத்தின் அடுத்த பகுதியில் கதை மேலும் தொடர்கிறது! அகெமெம்னானின் மகன் ஓரிஸ்டெஸ் தந்தையைக் கொன்ற தாயை பழிக்குப் பழி தீர்க்க சூளுரைப்பதிலிருந்து இரண்டாவது பகுதி தொடங்குகிறது. தாயை மகன் கொலை செய்ய, இப்போது தாயைக் கொன்ற பழி மகனுக்கு! 'பழிக்கடவுள்' குரூரமாகப் புன்னகைக்கிறாள்.

நாடகத்தின் மூன்றாவது பகுதியில் கடவுள்களின் கடவுளான ஜீயஸ் 'இந்தப் பழி தீர்க்கும் படலத்துக்கு முற்றுப்புள்ளி வைக்க வேண்டும். உடனே வழக்காடு மன்றத்துக்கு ஏற்பாடு செய்யுங்கள்!' என்று ஆணையிட, ஓரீஸ்டஸ் வழக்கு நீதி மன்றத்துக்கு வருகிறது. நீதி தேவதை ஏதினா பிராஸிக்யூஷன் தரப்பிலும் அப்போலோ ஓரீஸ்டஸ் தரப்பிலும் வாதாடுகிறார் கள்.

'பழிதீர்க்கப்பட வேண்டும் என்கிற கடவுளின் ஆணையைத்தான் இந்த இளைஞன் நிறைவேற்றினான். அது அவன் சிந்தித்து சுயமாக எடுத்த முடிவல்ல. பழி உணர்வை விதைத்தது கடவுளே!' என்று அப்போலோ வாதாட, நீதிபதிகள் வோட்டுப் போடுகின்றனர்.

இருதரப்புக்கும் சரிசமமாக (Tie!) வோட்டுகள் விழ, தர்ம சங்கடம்! பிரதம நீதிபதி ஏதினா முத்தாய்ப்பாகத் தன் வோட்டை அந்த இளைஞன் சார்பில் போடுகிறாள்.

கோபமடையும் 'பழிக்கடவுள்' எரின்யெஸ்ஸை ஜீயஸ் கடவுள் அழைத்து பழிதீர்ப்பதை நல்ல விஷயங்களுக்கும் உபயோகிக் கலாம் என்று எடுத்துச் சொல்லி சமாதானப்படுத்துகிறார். 'நீ தோல்வியடைவாய்' என்று சொல்பவர்கள் முன்னிலையில் வெற்றிகரமாக வாழ்ந்து காட்டுவதும் ஒரு விதத்தில் பழி தீர்ப்பதுதானே?!

சோக நாடகம் எழுதிய எஸ்கீலஸ் மரணம் விசித்திரமாக அமைந்தது.

கி.மு.455-ல். ஒருநாள் தெருவில் எஸ்கீலஸ் நடந்து போய்க் கொண்டிருந்தபோது வானத்தில் ஒரு கழுகு பறந்தது. அதன் பிடியிலிருந்த ஆமையொன்று நழுவி எஸ்கீலஸ் தலை மீது விழ, தலை பிளந்து இறந்து போனார் அந்த நாடக மேதை! நிறைய நாடகங்களைத் தொடர்ந்து சிந்தித்ததாலோ என்னவோ அவர் தலை நல்ல வழுக்கை!

அரிஸ்டொஃபனீஸ்

அரசியல்வாதிகள் அனுமதித்த நையாண்டி மேதை!

இந்தியாவில் மௌரியர்கள் ஆட்சிக் காலத்தை பொற்காலம் என்று அழைப் பது போல பெரிக்ளீஸ் சக்கரவர்த்தி ஏதென்ஸ் நாட்டை ஆண்ட கால கட்டத்தை கிரேக்கர்களின் பொற் காலம் என்று வரலாறு அழைக்கிறது! குறிப்பாக, கி.மு. 445-லிருந்து கி.மு. 431 வரை ஏதென்ஸில் இலக்கியம், சிற்பம், ஓவியம், பேச்சுக்கலை எல் லாம் உச்சத்துக்குப் போய் ஜொலித்து உலகெங்கும் கலாசார முன்னேற்றத் துக்கு வழிகாட்டியது!

நாடக மேதை எஸ்கீலஸைவிட முப் பது வயது இளையவர் ஸொஃபக்ளீஸ். புகழ்பெற்ற ஏதென்ஸ் நாடகப் போட்டியில் (கி.மு. 468-ல்) முதல் முறையாகக் கலந்து கொண்டபோதே அவரது நாடகம் முதல் பரிசைப் பெற்றது. 'ஃபைனல்ஸி'ல் அவர் தோற்கடித்தது எஸ்கீலஸை!

துரதிருஷ்டவசமாக, அவர் எழுதிய 1234 நாடகங்களில் நமக்கு மிஞ்சியவை ஏழு நாடகங்கள்தான். தொண்ணூறு வயது வரை வாழ்ந்த ஸொஃபக்ளீஸ் இறப்பதற்கு எட்டு மாதங்களுக்கு முன்புதான் கடைசி நாடகத்தை எழுதி

23

முடித்தார்! எஸ்கீலஸ் தலைமீது ஆமை விழுந்து அவர் உயிரைப் பறித்தது போல ஸொஃபக்ளீஸ் மரணமும் விசித்திர மாகவே நிகழ்ந்தது. விருந்து ஒன்றில் கலந்துகொண்ட அந்த ஜீனியஸ் குழந்தைத்தனமாக ஒரு திராட்சைப்பழம் ஒன்றைத் தூக்கிப் போட்டு வாயில் பிடிக்க முயற்சிக்க, திராட்சை மூச்சுக்குழாய்க்குள் சிக்கிக் கொண்டது. மூச்சுத் திணறி டைனிங் டேபிள் மீதே முகம் பதித்துப் பரிதாபமாக இறந்துபோனார் ஸொஃபக்ளீஸ்.

இவர்களையெல்லாம் விட ஆச்சரியமானவர் அரிஸ்டொ ஃபனீஸ்! காமெடி நாடகங்களின் தந்தை என்று அழைக்கப்படும் அவர், நாற்பத்து நான்கு காமெடி நாடகங்களைப் படைத்து ஏதென்ஸ் மக்களைச் சிரிக்கவும், சிந்திக்கவும் வைத்தார். நாடக இலக்கியத்தில் 'நையாண்டி' என்னும் குழந்தையைப் பிரசவித் தவர் அவர்தான்!

ஏதென்ஸ் நாட்டு ஆட்சியாளர்கள், எதிர்க்கட்சித் தலைவர்கள், ராணுவத் தளபதிகள் யாரையுமே அவருடைய கிண்டல் விட்டு வைக்கவில்லை. சர்வாதிகார மனப்பான்மை கொண்ட அரசியல் தலைவர்கள்கூட அரிஸ்டொஃபனீஸின் நையாண்டியை 'இருந்து விட்டுப் போகட்டும்' என்று அனுமதித்தார்கள்! இந்தவொரு கருத்துச் சுதந்தரத்தை முதன்முதலில் அனுமதித்தது ஏதென்ஸ் என்கிற ஒரு குறிப்பிட்ட காரணத்துக்காகவே 'முதற்பெரும் ஜனநாயக நாடு' என்று ஏதென்ஸை உலக வரலாற்று ஆசிரியர்கள் அழைக்கிறார்கள்!

ஒரு நாட்டின் வரலாற்றைப் பதிவு செய்யவேண்டும் என்று வலியுறுத்தி அதை நுணுக்கமாகவும் விஸ்தாரமாகவும் ஒரு புத்தகமாக எழுதிய முதல் வரலாற்று ஆசிரியரான ஹெராடெடஸ் வசித்ததும் ஏதென்ஸில்தான். கி.மு.480-ல் பிறந்த இவர் ஏஷியாமைனரிலிருந்து ஏதென்ஸ் நாட்டுக்குக் குடியேறியவர். அங்கே தொடர்ந்து வீசி வந்த கலாசாரத் தென்றல் அவரையும் தழுவிக்கொண்டது.

ஏதென்ஸ் நாட்டின் வி.ஐ.பி.க்கள் அனைவரும் ஹெரடெ டஸுக்கு நண்பர்களானார்கள். மன்னர் பெரிக்ளீஸ் நேரிடையாக ஆதரவு தர பலநாடுகளுக்குச் சென்று திரும்பி முதன்முதலில் நீண்டதொரு பயணக் கட்டுரையை எழுதியவரும் ஹெரடெ டஸே! வரலாறு என்று சிம்பிளான தலைப்போடு கூடிய அவர்

எழுதிய புத்தகம் பல்வேறு மொழிகளில் பிற்பாடு மொழி பெயர்க்கப்பட்டது.

ஏதென்ஸ் நாட்டில் கி.மு.500-களில் ஒவ்வொரு துறையிலும் மகாமேதைகள் கம்பீரமாகப் பவனி வந்து சாதனைகள் படைத்தார்கள். மருத்துவத்துறை உட்பட! அந்த காலகட்டத்தில்தான் 'மருத்துவத்தின் தந்தை'யான ஹிப்போக்கிரேட்டீஸ் 'நோய்கள் கடவுளின் சாபம்' என்கிற மூடநம்பிக்கையை மறுத்து, அவை உடலில் ஏற்படும் கோளாறுகள் என்றும் அவற்றை சிகிச்சை அளித்துக் குணப்படுத்தலாம் என்றும் முதன்முதலில் எடுத்துச் சொன்னார். அதோடு நில்லாமல் நோய்களின் காரணத்தையும், அதற்கான சிகிச்சை முறைகளையும் முதலில் கண்டுபிடித்து விளக்கிச் சொன்னவர் ஹிப்போக்கிரேட்டீஸ் (கி.மு. 460 - 380).

குறிப்பாக, வலிப்பு நோய்கள் கடவுளின் கோபத்தாலும், சாபத்தாலும் ஏற்படுவதாக மக்கள் நம்பிக் கொண்டிருந்தபோது, மூளைக்குள் ஏற்படும் சிக்கல்தான் வலிப்பு நோய்க்கான காரணம் என்று முதலில் விளக்கியவர் ஹிப்போக்கிரேட்டீஸ்தான். இன்றும் உலகெங்கும் மருத்துவக் கல்லூரியில் பட்டம் பெற்றவுடன் மாணவர்கள் 'ஹிப்போக்கிரேட்டீஸ் சத்தியப்பிரமாணம்' எடுத்துக்கொண்டுதான் பணியைத் தொடங்குகிறார்கள் என்பது நமக்குத் தெரிந்ததே!

ஹிப்போக்கிரேட்டீஸைப் பொறுத்தமட்டில் யாரிடமும் சிகிச்சைக்கு அவர் பணம் வாங்கியதில்லை. ஒருமுறை, தன் நோயைக் குணப்படுத்தியதால் மகிழ்ந்துபோன பாரசிக மன்னர் தூதுவர்கள் மூலம் அவருக்கு அனுப்பிய பெரும் பொக்கிஷத்தை ஏறிட்டுக் கூடப் பார்க்காமல் உடனடியாக மறுத்து திருப்பியனுப்பினார் அந்த மருத்துவ மேதை!

எல்லாவற்றையும் விட மேலாக, இந்தியாவுடன் போட்டி போடும் அளவுக்கு தத்துவ மேதைகளை உலகுக்கு அளித்த நாடும் ஏதென்ஸ் தான்! மனித சமுதாயத்தின் சிந்தனைத் திறனை நுணுக்கமாகக் கூர்மைப்படுத்தி, மனிதனை மேம்படுத்தி சிறந்த வாழ்க்கை முறைக்கு வழிகாட்டியது தத்துவமே!

அந்தத் தத்துவ வாதங்களைத் தாங்க முடியாமல் சாக்ரடீஸ் என்கிற மாபெரும் மேதைக்கு மரணதண்டனை விதிக்கப்பட்டதை யாரால் மறக்க முடியும்?

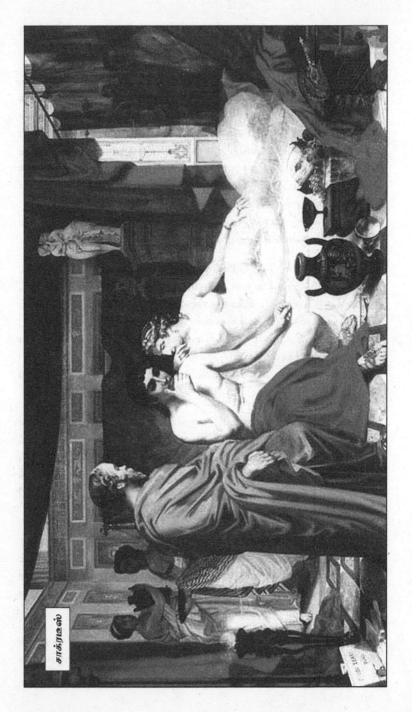

சாக்ரடீஸ்

தடுமாறாத தத்துவத் தாத்தா

உலகமே இன்றுவரை மறக்காமல் பெருமிதத்துடன் சுட்டிக்காட்டும் மாபெரும் தத்துவ மேதை சாக்ரடீஸுக்கு மரண தண்டனை விதித்தது ஒரு ஜனநாயக ஆட்சி என்பது சாமான்யர்கள் பலருக்குத் தெரியாத உண்மை!

உலகுக்கே ஜனநாயக அமைப்பை முதலில் தந்த ஏதென்ஸ், அந்த தத்துவ ஞானிக்குக் கடைசியில் விஷம் தந்தது மிகவும் நெருடலான சோகம்! ஆனால், அப்படி நேர்ந்ததற்குப் பின்னணி உண்டு.

இத்தாலிய மண் மீது வளர்ந்து நிமிர்ந்த நாடுகளில் ஏதென்ஸும், ஸ்பார்ட்டாவும் முக்கியமானவை. ஏதென்ஸ், ஜனநாயக அமைப்பைப் பின்பற்றிவர, ஸ்பார்ட்டாவில் ஏறக்குறைய ராணுவ ஆட்சி நடைபெற்றதாகச் சொல்லலாம். இரண்டுமே சற்று வீம்பு பிடித்த ராஜ்ஜியங்களாக, எலியும் பூனையுமாக இருந்து வந்தன. பலவிதமான கருத்து வேறுபாடுகள் காரணமாக இரு நாட்டுப் படைகளுக்குமிடையே சிறுசிறு மோதல்களில் தொடங்கி, கி.மு. 431-ல் ஏதென்ஸும் ஸ்பார்ட்டாவும் முழுமையான யுத்தத்தில் இறங்கின. உலகப்

24

பெரும்போர்களில் 27 ஆண்டுகள் தொடர்ந்த முக்கியமான, நீண்டதொரு யுத்தம் அது!

ஜனநாயகம் என்றாலும் ஏதென்ஸ் மக்கள், வீரத்தில் யாருக்கும் சளைத்தவர்கள் இல்லை. ஸ்பார்ட்டாவில் ராணுவத்துக்கு இன்னும் அதிக மதிப்பும், வசதிகளும் இருந்தன. எப்போதுமே போர் முஸ்தீபுகளில் உழலும் அதிரடியான நாடு ஸ்பார்ட்டா!

கி.மு.404-ல் அந்த நீண்ட யுத்தம் ஒரு வழியாக முடிவுக்கு வந்து, ஸ்பார்ட்டாவிடம் ஏதென்ஸ் மண்டியிட நேர்ந்தது. போர் முடிவதற்கு முன்பு ஏதென்ஸில் திடீரென்று ப்ளேக் நோய் பரவி, ஏராளமானவர்கள் இறந்ததால் அந்த நாடு சற்று துவண்டு போனதும் ஒரு காரணம்.

தோல்வியைத் தொடர்ந்து ஏதென்ஸில் புரட்சி வெடித்தது. அரச குடும்பங்களைச் சேர்ந்தவர்களும், செல்வந்தர்களும், பிரபுக் களும் இணைந்து கூட்டணி அமைத்து ஆட்சியைக் கைப்பற்றி னார்கள் ('முப்பதுபேர் ஆட்சி' என்று வரலாறு அதற்குப் பெயர் சூட்டியிருக்கிறது!). தோற்றுப்போன ராஜ்ஜியத்தைச் சீர்படுத்த கண்டிப்பான எதேச்சதிகார ஆட்சி தேவை என்று முடிவு கட்டப்பட்டதால், ஏதென்ஸில் ஜனநாயகம் சற்று ஒதுங்கி நிற்க வேண்டியது காலத்தின் கட்டாயமானது.

என்னதான் இருந்தாலும் ஜனநாயகத்தின் தாயகம் அல்லவா! பிறகு, மீண்டும் அந்த உணர்வு தலைதூக்க, 'முப்பது பேர் ஆட்சி' அப்புறப்படுத்தப்பட்டு புதிய ஆட்சியை ஏதென்ஸ் மக்கள் தேர்ந் தெடுத்தார்கள். முந்தைய ஆட்சியின் ஆதரவாளர்கள் எல்லோரும் புதிய ஆட்சியில் பிரச்னைக்கு உள்ளானார்கள். அவர்களில் ஒருவர்தான் சாக்ரடீஸ்! அந்த மேதையின் 'வழிக்கு வராத சுதந்தர உணர்வு' ஆட்சியாளர்களில் பலருக்கு எரிச்சலைத் தந்து வந்தது. ஆட்சி மாறினாலும் சாக்ரடீஸ் சாக்ரடீஸாகவே இருந்தார் என்பது உண்மை! ஆட்சிக்கு 'வாழ்க' கோஷம் போடவில்லை அந்த தத்துவத் தாத்தா! எனவே, அவரை வழிக்குக் கொண்டுவர, திட்டம் போட்டு ஒரு குற்றப்பட்டியலை ஆட்சியாளர்கள் தயாரித்தார்கள். சாக்ரடீஸ் மீது வழக்குத் தொடுக்கப்பட்டது. வழக்கின் முடிவில் நீதிமன்றம் சொன்ன தீர்ப்பு - மரண தண்டனை! சற்றும் அழகு இல்லாமல், சப்பைமூக்கு, வழுக்கைத் தலை, துருத்திக் கொண்டிருககும் தொப்பை, முட்டை விழிகளோடு தோற்றமளித்த சாக்ரடீஸ் பிறந்தது கி.மு. 469-ம் ஆண்டில். அப்பா சாதாரண சிற்பி.

தாய் மகப்பேறு மருத்துவர்! (பிற்பாடு சாக்ரடீஸ் நண்பர்களிடம் 'நான் என் அம்மாவின் பணியைத்தான் தொடர்ந்து செய்து கொண்டிருக்கிறேன். உங்களுக்குள் உள்ள அறிவு என்னும் குழந்தையைப் பிரசவம் பார்த்து உங்களிடம் தருகிற வேலைதானே நான் செய்வது!' என்று தமாஷாகச் சொல்வதுண்டு!)

சாக்ரடீஸ், தந்தையைப் பின்பற்றி சில ஆண்டுகள் சிற்பக் கலையில் ஈடுபட்டதுண்டு. பிறகு ஏதென்ஸ் போர்களில் ஈடு பட்டபோது அதில் முன்வந்து வீரத்துடன் பங்கேற்று தளபதி களிடம் பாராட்டும் பெற்றார்!

அதெல்லாம் முடிந்த பிறகு சாக்ரடீஸ் செய்தது ஒன்று மட்டுமே - பேச்சு! தன் வாழ்நாள் முழுவதும் சிந்தனை, பேச்சு என்று கழித்தவர் சாக்ரடீஸ். காலில் செருப்பில்லாமல் கிழிந்த உடையோடும், முரட்டுத்தாடியோடும் அவர் அதிகாலையிலேயே ஏதென்ஸ் வீதிகளில் வாக்கிங் போக ஆரம்பித்து விடுவார்! அவர் நடக்க நடக்க கூட்டம் சூழும். ஏதென்ஸ் நகரமே அந்த மேதையின் கருத்து களைக் கேட்கத் துடித்தது! குறிப்பாக இளைஞர்கள்! ஏழை, பணக் காரர் என்கிற வேறுபாடு இல்லாமல் அந்த நாட்டு இளைஞர்கள் சாக்ரடீஸைச் சூழ்ந்து கொண்டார்கள். 'சிறந்த மனிதனாக எப்படி ஆவது' என்பதே இளைஞர்களுக்கு சுருக்கமாக சாக்ரடீஸ் கேள்விகள் மூலம் சொல்லிக் கொடுத்த பாடம்! அதோடு தானும் மிகச்சிறந்த மனிதனாக கடைசிமூச்சு வரை வாழ்ந்தார் அவர்.

ஒருமுறை, புகழ்பெற்ற டெல்ஃபி ஆலயத்துக்கு முன் கூடிய ஏதென்ஸ் மக்கள் 'ஏதென்ஸ் நாட்டின் மிகச் சிறந்த அறிவாளி யார்?' என்ற கேள்வியை முன் வைத்தனர். கோயில் உள்ளேயிருந்து 'சாக்ரடீஸ்' என்று அசரீரியின் குரல் முழங்கியது! மகிழ்ச்சியோடு ஓடிய இளைஞர்கள், ஊர்க் கோடியில் ஒரு லாயத்தில் குதிரைக்கு லாடம் தயாரித்துக்கொண்டிருந்த சாக்ரடீஸிடம் அசரீரி சொன்னதைத் தெரிவித்தார்கள். புன்னகை புரிந்த சாக்ரடீஸ் 'அப்படியா' நான் ஒரு முட்டாள் என்பது எனக்குத் தெரியும். அந்த அறிவு ஏதென்ஸில் எனக்கு மட்டும் இருப்பதால் அசரீரி அப்படிச் சொல்லியிருக்கலாம்!' என்று விளக்கினார்!

இந்த ஜீனியஸுக்கு ஏதென்ஸ் நாட்டில் பெருகிவந்த செல்வாக்கு ஆட்சியாளர்களுக்குக் கவலையேற்படுத்தியது. சாக்ரடீஸின் 'அகம்பாவத்தை' அடக்க, நல்லதொரு சந்தர்ப்பத்துக்காக அவர்கள் காத்திருந்தார்கள்...!

'இறைவன் அனுப்பிய வண்டு நான்!'

உலக வரலாற்றில் சாகாவரம் பெற்ற, மிகப் பிரபலமான வழக்கு ஒன்றை சுட்டிக்காட்ட வேண்டுமென்றால் அது 2400 ஆண்டுகளுக்கு முன் ஏதென்ஸ் நீதிமன்றத்தில் நடந்த சாக்ரடீஸ் வழக்குதான்! அந்த வழக்கு பற்றிய விவரங்கள் அனைத்தையும் நாம் படித்துத் தெரிந்துகொள்ள முடியும். அதற்கு நாம் குறிப்பிட்டு நன்றி சொல்ல வேண்டிய மனிதர் ப்ளேட்டோ - சாக்ரடீஸின் பிரதான சீடர்களில் ஒருவர்! வழக்கில் நடந்த வாதப் பிரதிவாதங் களை துல்லியமாக, உடனடியாக எழுதி வைத்தார் ப்ளேட்டோ. வழக்கு நடந்த போது, அரசு தரப்பில் சாக்ரடீஸுக்கு எதிரான பிரசாரங்கள் செய்யப்பட்ட தால் ப்ளேட்டோ கவலைப்பட்டார். உண்மைகள் உலகுக்குத் தெரிய வேண்டும் என்று நினைத்த அவர், தேர்ந்த நிருபராக மாறினார்! வழக்கு நடந்தபோது ப்ளேட்டோவுக்கு வயது இருபத்து எட்டு. சாக்ரடீஸின் மாணவராகச் சேர்ந்து எட்டு ஆண்டு கள் கடந்து விட்டதால் ப்ளேட்டோ வும் ஒரு தனிப்பெரும் தத்துவமேதை யாக உருவாகிக்கொண்டிருந்த கால கட்டம் அது!

25

வழக்கின்போது நீதிமன்றத்தில் கடைசிவரை அமர்ந்து துல்லிய மாக ப்ளேட்டோ நோட்ஸ் எடுத்ததால்தான் நம்மால் இன்றளவும் சாக்ரடீஸின் உலகப் புகழ்பெற்ற வாதங்களை நேரில் கேட்கும் உணர்வை பெற முடிகிறது.

சாக்ரடீஸ் மீது சுமத்தப்பட்ட முக்கியக் குற்றச்சாட்டுகள் - நாத்திகவாதம், இளைஞர்கள் மனத்தைக் களங்கப்படுத்தியது. (Corrupting the Youth of Athens)! இதுதவிர, ஏதென்ஸின் ஜனநாயக ஆட்சிக்கு எதிராக புரட்சி செய்ய மக்களைத் தூண்டியதாகவும் அந்த தத்துவஞானி மீது ஒரு குற்றச்சாட்டு வைக்கப்பட்டது!

உண்மையில், அந்த வழக்கின் மூலம் சாக்ரடீஸை ஒழித்துக்கட்ட வேண்டும் என்பது ஆட்சியாளர்களின் எண்ணம் அல்ல. சாக்ரடீஸை வழிக்குக் கொண்டுவந்து ஆளும் கட்சியை அவர் வழிமொழிய வேண்டும் என்பதுதான் ஆட்சியாளர்களின் நோக்கம் என்று கூறப்படுகிறது. 'சீர்தூக்கிப் பார்த்து முடிவு கட்டும் அறிவாற்றல் இல்லாதவர்கள் ஆட்சி செய்ய லாயக்கற்ற வர்கள்' என்பது இளைஞர்களுக்கு சாக்ரடீஸ் போதித்த விஷயங் களில் ஒன்றாக இருந்தது. இந்தப் போதனைகளால் ஏதென்ஸ் மக்களுக்கு ஆட்சியாளர்கள் மீது ஒரு இளக்காரம் ஏற்பட்டுவிடும் என்று பதவியாளர்கள் பதறினார்கள். சாக்ரடீஸுக்கு மரண தண்டனை நிறைவேற்றப்பட்டால் மக்கள் முன்னிலையில் அவர் புகழ் பல மடங்கு அதிகமாகும் என்பதும், பிறகு பதவியில் இருப்பவர்களை ஏதென்ஸ் இளைஞர்கள் மிகவும் கேவலமாகப் பார்ப்பார்கள் என்பதும் ஆட்சியாளர்களுக்குத் தெரியாததல்ல!

தங்கள் மிரட்டலுக்கு சாக்ரடீஸ் பணிவார் என்று எதிர்பார்த்தது நடக்கவில்லை என்பதுதான் ஆட்சியை தர்மசங்கடத்தில் ஆழ்த்தியது. வழக்கு நீதிமன்றத்துக்கு வருவதற்கு முன்பே ஏதென்ஸை விட்டு சாக்ரடீஸ் வெளியேறியிருந்தால் நீதிமன்றம் அவரை சும்மா விட்டிருக்கும். அல்லது நீதிமன்றத்தில் சாக்ரடீஸ் சம்பிரதாயமாக மன்னிப்புக் கேட்டிருந்தாலும் அவரை மன்னித்து எச்சரித்து விடுதலை செய்திருப்பார்கள். ஒரு அடையாள ரீதியில் சிறு அபராதம் செலுத்தினால் கூட போதும் என்று நைசாகச் சொல்லிப் பார்த்தார்கள். சாக்ரடீஸ் இந்த எதற்குமே உடன்படாமல் ஆட்சியாளர்கள் வயிற்றில் கிலி ஏற்படுத்தினார்! தன்னைப் பொறுத்தமட்டில் அபராதத் தொகைகள் கட்டுவது குற்றத்தை ஒப்புக்கொள்வதாக ஆகும் என்றார் சாக்ரடீஸ்.

'தப்பித்து வெளிநாடு ஓடுவதும் தவறான செயல். காரணம், ஒவ்வொரு குடிமகனுக்கும் ஆட்சிக்கும் இடையே ஒரு சமூக ஒப்பந்தம் (Social Contract) உண்டு. அந்தந்த நாட்டின் சட்டத்தை அந்தந்த குடிமகன் மதிக்க வேண்டும். அதை மீறுவது சமுதாய வாழ்க்கையின் அஸ்திவாரத்தை தகர்ப்பது போல!' என்றார் அந்தத் தத்துவஞானி.

'மனித சமுதாயத்துக்கு எது நல்லது என்பதை ஆட்சியாளர்கள் தெரிந்துகொண்டு செயல்பட வேண்டும். அதற்கு அறிவு தேவை. அறிவுதான் சிறப்பான மனிதனாக வாழ வகை செய்யும். ஏதென்ஸ் இளைஞர்கள் சிறந்து வாழவேண்டும் என்பதுதான் என் நோக்கம். அதற்கான உதவியை அவர்களுக்குச் செய்வதை என் கடமையாகக் கருதுகிறேன். அந்தக் கடமையுணர்வு எனக்கு இறைவன் தந்த வரம். எனக்கு இந்த நீதிமன்றம் தண்டனை தருவது பற்றி நான் கவலைப்படவில்லை. ஆனால் அது என்னை உங்களுக்குத் தந்த இறைவனுக்கு எதிரான தீர்ப்பாக அமையும். ஆம்! உங்களுக்காக இறைவன் அனுப்பிய வண்டு நான். நிர்வாகம் என்கிற ராஜகம்பீரமான குதிரை சோம்பலாக, தொய்வாக இருக்கும் தருணங்களில் அதை 'சுருக்'கென்று குத்தியெழுப்பி துடிப்போடு நடமாட வைக்கும் வண்டு! நான்போனால் இன்னொரு சாக்ரடீஸ் உங்களுக்குக் கிடைக்க மாட்டான் என்பதையும் சற்று எண்ணிப் பார்த்துவிட்டுத் தீர்ப்பை வழங்குங்கள்!' என்பதே சாக்ரடீஸின் முத்தாய்ப்பான வாதம்.

நீதிமன்றத்தில், குற்றவாளிக் கூண்டில் அந்தத் தத்துவமேதை லேசான புன்னகையுடன் கம்பீரமாக நிற்க, 'விஷம் குடித்து சாக்ரடீஸ் இறக்க வேண்டும்' என்று நீதிமன்றம் தீர்ப்பளித்தது...!

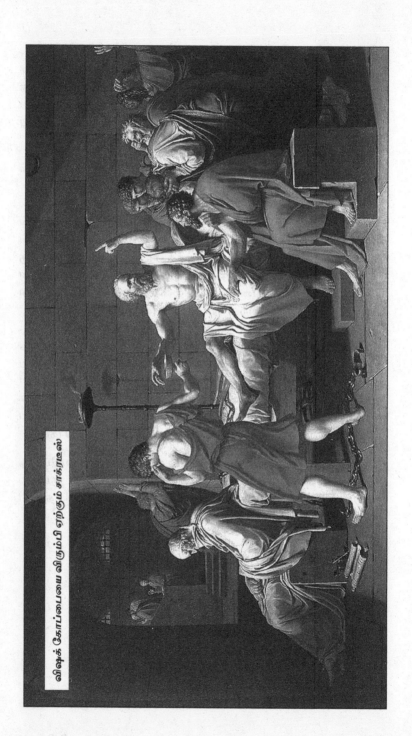

விஷக் கோப்பையை விரும்பி ஏற்கும் சாக்ரடீஸ்

எது சிறந்தது என்று யாருக்குத் தெரியும்?

ஏதென்ஸ் நீதிமன்றத்தில் மரணதண்
டனை விதிக்கப்பட்டவுடன், சாக்ர
டீஸ் மெல்லிய புன்னகையுடன் சொன்
னார்:

'இறைவனின் கருவியாகச் செயல்
பட்டு என் மனத்தில் பட்ட உண்மை
களை ஏதென்ஸ் மக்களுக்கு எடுத்துச்
சொன்னேன். அது என் கடமையாகப்
போய்விட்டது. அதிலிருந்து நான்
நழுவ முடியாது. கடைசி மூச்சுவரை
நான் என் மக்களுக்குச் சொல்வது
இதுதான் - பணம், பதவி, பகட்டு
போன்ற தற்காலிக மகிழ்ச்சிகளில்
மயங்கி உங்களை இழக்காதீர்கள்.
உங்கள் ஆன்மாவை மேம்படுத்துவது
அறிவும், உண்மையும்தான். இதோ,
சாக்ரடீஸை மரணம் அழைக்கிறது.
மரணம் என்றால் என்ன? எனக்குத்
தெரியாது. அது மிகச் சிறந்த ஒன்றாகக்
கூட இருக்கக் கூடும்! ஆனால் உயி
ரோடு இருக்கும்போது மனசாட்சியை
மதிக்காமல், உண்மைக்குப் போராடா
மல் இருப்பது மோசமானது என்பது
மட்டும் எனக்குத் தெரியும். என்
முடிவுக்கான நேரம் வந்துவிட்டது.
நான் இறக்கச் செல்கிறேன், நீங்கள்

26

வாழ! இரண்டில் எது சிறந்தது என்பது யாருக்குத் தெரியும் - கடவுளைத் தவிர?'

அப்போது ஏதென்ஸில் திருவிழா நடந்துகொண்டிருந்ததால் மரண தண்டனை மூன்று வாரங்களுக்குத் தள்ளி வைக்கப் பட்டது.

சிறையில் சாக்ரடீஸை சங்கிலிகளால் பிணைத்து வைத்திருந் தார்கள். மாலைநேரங்களில் அவரைப் பார்க்க நண்பர்களையும், உறவினர்களையும் அனுமதித்தார்கள். ஒரு நண்பர், சாக்ர டீஸுக்காக நீதிமன்றத்தில் அபராதம் செலுத்த பணத்துடன் வந்து அனுமதி கேட்டபோதும், க்ரீட்டோ என்னும் சீடர், சாக்ரடீஸ் வெளிநாட்டுக்குத் தப்பிச் செல்ல படகு ஒன்று துறைமுகத்தில் தயாராக இருப்பதாகச் சொன்னபோதும் சாக்ரடீஸ் மறுத்து அவர்களை அமைதிப்படுத்தினார்.

ப்ளேட்டோவின் 'Great Dialogues' புத்தகத்தில் ஃபீடோ என்கிற அத்தியாயத்தில் சாக்ரடீஸின் கடைசி நாட்கள் உணர்ச்சிகரமாக விவரிக்கப்படுகிறது. இறக்கப்போகும் நாள் நெருங்கி விட்டதால் சாக்ரடீஸ் நேரத்தை வீணாக்காமல் நண்பர்களோடு தத்துவ விவா தங்களில் ஈடுபட்டார். இறப்பு, ஆன்மா, வலி, இன்பம், துன்பம் போன்ற விஷயங்களைப் பற்றியே பேச்சு சுற்றிச் சுற்றி வந்தது.

கடைசி நாள்...

அவருடைய பிரதான சீடர்கள் உள்ளே நுழைந்த போது சிறையில் சாக்ரடீஸின் மனைவி ஸான்டிபி, தங்களுடைய கடைசி மகனுடன் இருந்தார். நண்பர்களைப் பார்த்தவுடன் ஸான்டிபி, கணவரைப் பார்த்து 'ஐயோ! கடைசி முறையாக உங்களோடு பேச நண்பர்கள் வந்திருக்கிறார்களே!' என்று சொல்லிக் கதறி அழ, லேசாக முகம் சுளித்த சாக்ரடீஸ், 'க்ரீட்டோ! தயவுசெய்து யாரையாவது துணைக்கு அனுப்பி என் மனைவியை வீட்டுக்கு அழைத்துச் செல்லுங்கள்' என்றார்.

சற்று நேரத்துக்கு முன்புதான் அவரைப் பிணைத்திருந்த சங்கிலிகள் அவிழ்க்கப்பட்டிருந்ததால், தன் கால்களைத் தேய்த்துவிட்டுக் கொண்டு சற்று சவுகரியமாக மேடையில் அமர்ந்த அந்த தத்துவ ஞானி தொடர்ந்து 'ஆன்மாவுக்கு மரணமுண்டா, மறுபிறவி என்பது இருக்கிறதா?' போன்ற விவாதங்களில் ஈடுபட்டார்.

இடிந்துபோய் அமர்ந்திருந்த சீடர்கள் சாக்ரடீஸிடம் நுணுக்க மாகக் கேள்விகள் கேட்கமுடியாமல் தவித்தார்கள்!

மாலை நெருங்கியவுடன் சாக்ரடீஸ் சற்று நேரம் எடுத்துக் கொண்டு தூய்மையாகக் குளித்துவிட்டு மீண்டும் நண்பர்களிடம் திரும்பினார்.

நிகழவிருக்கும் கொடுமையைக் காணச் சகியாமல் சூரியன் மேற்கே மறையத் தொடங்கினான். சிறையதிகாரி உள்ளே நுழைந்து, 'என்னை மன்னித்து விடுங்கள் சாக்ரடீஸ். என் கடமையைச் செய்ய வேண்டியிருக்கிறது. இந்தச் சிறைக்குள் எத்தனையோ கைதிகளைப் பார்த்திருக்கிறேன். உங்களைவிடச் சிறந்த மனிதரை நான் இதுவரை சந்தித்ததில்லை என்பதை மட்டுமே என்னால் சொல்ல முடிகிறது! என்னால் பேச முடியவில்லை. என் மீது உங்களுக்குக் கோபம் இல்லையே...?'

முடிக்க முடியாமல் குரல் உடைந்து அந்த அதிகாரி அழ, எழுந்து சென்று அவரை அணைத்துக்கொண்டு சமாதானப்படுத்திய சாக்ரடீஸ், 'விஷம் தயாராக இருக்கிறதா?' என்று கேட்டார்.

சீடர் க்ரீட்டோ கண்களில் நீர்வழிய, 'அவசரமில்லை சாக்ரடீஸ்! முழுவதுமாக அஸ்தமனம் கூட ஆகவில்லை. சட்டப்படி நள்ளிரவுவரை நேரம் எடுத்துக் கொள்ளலாம்! என்றார் பதற்றத் துடன். அவரை நிமிர்ந்து பார்த்த சாக்ரடீஸ், 'நான் கடைசிவரை ஆர்வத்துடன் உயிரைப் பாதுகாத்துக் கொண்டதை வரலாறு பதிவு செய்யவேண்டுமா க்ரீட்டோ? அது சற்று முட்டாள் தனமாகத் தோற்றமளிக்காதா?' என்று சொல்லிவிட்டு விஷக் கோப்பையை உடனே எடுத்துவரச் சொல்லியனுப்பினார்.

கலங்கிய கண்களுடன் காவலாளி கோப்பையை நீட்ட, அதைக் கையிலேந்திய சாக்ரடீஸ், 'விஷத்தை அருந்திய பிறகு அது முறையாக வேலை செய்ய நான் ஏதாவது செய்ய வேண்டுமா?' என்று காவலாளியிடம் கேட்டார்.

'விஷத்தைக் குடித்துவிட்டு நீங்கள் முன்னும் பின்னும் சற்று நடக்கலாம். உங்கள் கால்கள் முதலில் மரத்துப்போகும்... பிறகு படிப்படியாக உடல் முழுவதும்...!' என்று காவலாளி சொல்லி முடிப்பதற்குள் ஒரே மூச்சில் விஷத்தைக் குடித்தார் அந்த மேதை!

அதுவரை சோகத்தை அடக்கிக்கொண்டிருந்த சீடர்கள், ஓவென்று கதற ஆரம்பித்தார்கள். 'என்ன இது? இப்படி அழுது

புலம்பியதற்காகத்தானே என் மனைவியை வீட்டுக்கு அனுப்பி னேன். பெண்களைப் போல நீங்களும் அழுதால் எப்படி? மரணத்தின்போது அமைதி நிலவுவது எவ்வளவு அழகாக இருக்கும்!' என்று கடிந்துகொண்டார் சாக்ரடீஸ்.

மெல்ல அவரது கால்கள் தள்ளாடின.

மேடையில் படுத்துக் கொண்ட சில நிமிடங்கள் கழித்து, சாக்ரடீ ஸின் அருகில் சென்று அவரது காலை மெல்லக் கிள்ளியவாறு, 'வலி தெரிகிறதா?' என்று காவலதிகாரி மென்மையாகக் கேட்க -

'இல்லை' என்று தலையசைத்த சாக்ரடீஸ் மெல்லிய குரலில் 'க்ரீட்டோ! எல்லைத் தெய்வத்துக்கு கோழி ஒன்றை காணிக்கை செலுத்துவதாகச் சொல்லியிருந்தேன். அதை நிறைவேற்றி விடுங்கள்!' என்றார்.

'சரி சாக்ரடீஸ்! வேறு ஏதாவது எங்களுக்குச் சொல்ல விரும்பு கிறீர்களா?' என்று கலங்கியவாறு க்ரீட்டோ கேட்க... பதிலில்லை. சாக்ரடீஸின் கண்கள் நிலைகுத்தியிருந்தன.

ப்ளேட்டோ தன் புத்தகத்தில் முடிவுரையாக இப்படி எழுது கிறார்:

'இப்படியாக நாங்கள் தந்தையாக வழிபட்ட, எங்களை நண்ப ராக நடத்திய மிகச் சிறந்த அறிவாளி, எங்களையெல்லாம் விட்டுச் சென்றார். உண்மைக்காக நேர்மையோடு போராடிய ஒரு மாபெரும் மனிதரின் முடிவு அந்த மாலை நேரத்தில் நிகழ்ந்தது!'

சாக்ரடீஸ் இறந்து அவருடைய உடல் புதைக்கப்பட்டதைத் தொடர்ந்து ஏதென்ஸ் களையிழந்து போனது.

நடந்த தவறை உணர்ந்து, ஏதென்ஸ் நாட்டு மக்கள் சாக்ரடீஸ் பெருமைகளைச் சொல்லிச் சொல்லி மாய்ந்தார்கள்.

சாக்ரடீஸுக்கு மரண தண்டனை விதிக்க வைக்கக் காரணமாக இருந்தவர்களை நாடே புறக்கணித்தது. அவர்களில் சிலர் குற்ற உணர்வோடு தற்கொலை செய்துகொண்டார்கள்.

பிற்பாடு ஊர்மக்கள் பணம் வசூலித்து, ஏதென்ஸில் அச்சமயம் புகழ் பெற்று விளங்கிய லிஸிபஸ் என்னும் சிற்பியைக் கொண்டு சாக்ரடீ ஸின் சிலையை உருவாக்கி நகர மையத்தில் நிறுத்தினார்கள்!

'குகை மனிதர்கள்'

சாக்ரடீஸின் பிரதம சீடரான ப்ளேட்டோ, குருவை விட ப்ராக்டிக் கலான அறிஞர்! கி.மு. 399-ல் சாக்ரடீஸ் இறந்தவுடன் ப்ளேட்டோ முதல் வேலை யாக தன் நெருங்கிய நண்பர்கள் சிலருடன் ஏதென்ஸை விட்டு வெளி யேறி ஸிஸிலி அருகே உள்ள ஸிராக்யூஸ் ராஜ்ஜியத்தில் அடைக்கலம் ஆனார்.

சாக்ரடீஸ் கொல்லப்பட்டது அவரது மனத்தை மிகவும் பாதித்திருந்தது. தவிர, ஏதென்ஸின் 'ஜனநாயக' ஆட்சி யாளர்களால் தனக்கும், மற்ற தத்துவ அறிஞர்களுக்கும் ஆபத்து நேரலாம் என்றும் ப்ளேட்டோ ஊகித்தார். முக்கியமாக, சாக்ரடீஸ் முடிவுக்குப் பிறகு ஜனநாயக ஆட்சியின் மீதே அவருக்கு நம்பிக்கை போய்விட்டது!

தகுதியில்லாத பலரால் ஆளப்படும் (ஜனநாயக) நாடு உருப்படாமல் போய் விடும் என்பது ப்ளேட்டோவின் கருத்து! நாடாளத் தேவையான அறி வாற்றல், பயிற்சி எதுவும் இல்லாதவர் களுக்கு எது நல்லது, எது கெட்டது என்கிற அடிப்படை விஷயம்கூடத் தெரிய வாய்ப்பில்லை என்றார் ப்ளேட்டோ. 'பதவி சுகம் வந்தவுடன்

27

ப்ளேட்டோ

உடனடியாக சுய தேவைகளைப் பூர்த்தி செய்துகொள்வதில்தான் அரசியல்வாதிகள் குறியாக இருப்பார்கள். உணர்ச்சி வசப்படுகிற பேச்சுகளுக்கும், போராட்டங்களுக்கும் அடிமையாகி அவசர முடிவுகள் எடுத்து நாட்டின் நீண்டகால நன்மைக்குக் கெடுதல் விளைவிக்கும் இவர்களால் மக்களுக்கு எந்த நன்மையும் ஏற் படாது!' என்கிற கருத்தைப் பிரசாரம் செய்துகொண்டு ஏதென்ஸில் ப்ளேட்டோ எப்படி நிம்மதியாகத் தொடர்ந்து வாழ முடியும்?!

'ரிபப்ளிக்' என்கிற புத்தகத்தில் ப்ளேட்டோ, ஆட்சிமுறை எப்படி அமைய வேண்டும் என்று நுணுக்கமாக விவரிக்கிறார். மனிதர்கள் அறியாமையில் மூழ்கியிருப்பவர்கள் என்பதை விளக்க ப்ளேட்டோ முன் வைத்த 'குகை மனிதர்கள்' (Allegory of the cave) என்கிற சித்தாந்தம் உலகப் புகழ்பெற்ற ஒரு தத்துவ விளக்கம்!

அதாவது, ஒரு குகைக்குள் மனிதர்கள் விலங்கிடப்பட்டு உட்கார வைக்கப்பட்டிருக்கிறார்கள். அவர்களால் நகர முடியாமல், கழுத் தைக்கூட அசைக்க முடியாமல் விலங்குகள் அவர்களைப் பிணைத்திருக்கின்றன. பிறந்ததிலிருந்து ஒருவரை ஒருவர்கூட பார்த்துக்கொள்ளாமல் வாழும் அவர்களுக்கு எதிரே ஒரு சுவர்! அவர்களுக்குப் பின்னால் மூட்டப்பட்ட நெருப்புதான் ஒரே ஒரு வெளிச்சம். குகையின் வாயிலில் நிகழும் சம்பவங்கள், போக்கு வரத்து எல்லாம் அந்த மனிதர்களின் முன்பு உள்ள சுவரில் நிழலாகத் தெரிகிறது.

ஆக மொத்தம், அந்தக் குகை மனிதர்களுக்குத் தெரிந்தது எல் லாம் ஒரு நிழல் உலகம் மட்டும்தான். அவர்களில் ஒரே ஒருவர் விடுவிக்கப்பட்டு குகை வாயிலுக்குக் கொண்டு செல்லப்பட் டால் அவர் நிஜத்தைப் பார்த்து திகைத்துப் போவார். அவ ருடைய கண்கள் சூரியவெளிச்சத்தில் கூசும்! உள்ளே ஓடிச் சென்று மற்றவர்களுக்கு 'உண்மை என்பது நிழல் அல்ல!' என்று அவர் சொன்னாலும் யாரும் அவரை நம்பப் போவதில்லை! 'பைத்தியக்காரன் பிதற்றுகிறான்!' என்று அவனை அலட்சியப் படுத்துவார்கள்.

அதே சமயம், வெளி உலகைப் பார்த்துவிட்டுத் திரும்பிவந்த அந்த ஒரு மனிதனாலும் இனி அந்தக் குகைக்குள் நிம்மதியாக வாழ முடியாது. சுவரில் தெரியும் நிழல்கள் பொய்யானவை என்பதைப் புரிந்துகொண்டுவிட்ட அவனால் எப்படி இனி மற்ற குகை மனிதர்களோடு உட்கார முடியும்?

உண்மை - பொய் இரண்டுக்கும் இடையில் இதுதான் வித்தியாசம்! நாமெல்லோருமே குகை மனிதர்கள்தான்! மனிதன் உணர்ந்து கொள்வதெல்லாம் உண்மையாக இருக்கத் தேவையில்லை. எதையும் புரிந்துகொள்ளுதலே உண்மை! - என்றார் ப்ளேட்டோ!

ஆட்சியமைப்பைப் பொறுத்தமட்டில் அறிவாற்றல் மிகுந்த சிலருக்கு சிறந்த கல்வியையும், பயிற்சியையும் தந்து நாடாளுவதற்குத் தயார்படுத்த வேண்டும் என்றார் ப்ளேட்டோ. ஆட்சிப் பொறுப்பை ஏற்பவர்களுக்கு என்னதான் அறிவும், ஒழுக்கமும், கல்வியும் இருந்தாலும் அது ஒருவிதமான சர்வாதிகார ஆட்சிக்கு வழி வகுக்காதா?

'ஆமாம்! அதுவே மக்களுக்கும் நாட்டுக்கும் நல்லது!' என்றார் ப்ளேட்டோ. சுருக்கமாக, 'தத்துவமேதை மன்னர்'தான் (Philosopher king!) நாடாள வேண்டும் என்பது அவரது லட்சியக் கருத்தாக இருந்தது! ப்ளேட்டோவின் லட்சியம் கேட்பதற்கு நன்றாக இருந்தாலும் நடைமுறையில் அது சாத்தியப்படாது என்பது அவரது வாழ்நாளிலேயே நிரூபிக்கப்பட்டது ஒரு வருத்தமான விஷயம்!

ஸிராக்யூஸ் - மத்தியக் கிழக்குக் கடலோரமாக உள்ள செல்வம் கொழிக்கும் கிரேக்க நாடு. ஸிராக்யூஸ் மன்னரின் மைத்துனரான டையோன் அந்நாட்டில் பிரதம அமைச்சராக இருந்தார். ப்ளேட்டோ அங்கு சென்று தங்கியதைத் தொடர்ந்து டையோன் அவரது முக்கியமான சிஷ்யராக மாறினார். ப்ளேட்டோவின் தத்துவங்களில் மனதைப் பறிகொடுத்து மயங்கிப்போன டையோன், எடுத்ததற்கெல்லாம் ப்ளேட்டோவின் பெயரை பக்திப் பரவசத்துடன் உச்சரித்தது கண்டு மன்னருக்கு எரிச்சல் மிகுந்தது. மன்னர் ஏதாவது செய்யச் சொன்னால் கூட 'எதற்கும் ப்ளேட்டோவைக் கேட்டுவிடுகிறேனே...!' என்று டையோன் அதீதமாக 'ரியாக்ட்' செய்தது பொறுக்காமல் போனதால் மன்னர் ப்ளேட்டோவைக் கைது செய்து ஒரு அடிமையாக செல்வந்தர் ஒருவருக்கு விற்க ஆணையிட்டார். சில நண்பர்கள் உதவியால் அங்கிருந்து தப்பித்த ப்ளேட்டோ மீண்டும் ஏதென்ஸ் திரும்பினார். அங்கே ஊருக்கு வெளியே (அரசியலில் ரொம்ப ஈடுபடாமல்!) ஒரு பெரிய தோட்டத்தில் ஆசிரமம் போல அமைத்து அங்கே ஒரு தத்துவக் கல்லூரியைத் தொடங்கினார் அந்த மேதை!

மீண்டும் 'லட்சிய மன்னரை' உருவாக்கும் வாய்ப்பு ப்ளேட்டோவைத் தேடி வந்தது!

அலெக்ஸாந்தரின் ஆசிரியர்!

ஏதென்ஸ் திரும்பிய ப்ளேட்டோ, ஊருக்கு வெளியே ஒரு தோட்டத்தில் அமைத்துக்கொண்ட தன் இல்லத்துக்கு 'அகாடமி' என்று பெயர் வைத்தார் ('அகாடமியா' என்றால் கிரேக்க மொழி யில் தோட்டம் என்று பொருள். அங்கு ப்ளேட்டோ பாடம் நடத்தியதால் இன் றளவும் கலை மற்றும் கல்விக் கூடங் களை 'அகாடமி' என்று அழைக்கி றோம்!). உலகின் முதல் 'யூனிவர்சிடி' என்று ப்ளேட்டோவின் அகாடமியை வரலாற்று ஆசிரியர்கள் அழைக்கி றார்கள்.

அறுபது வயதில் ப்ளேட்டோவுக்கு ஸிராக்யூஸிலிருந்து மீண்டும் அழைப்பு வந்தது. அங்கே மன்னர் இறந்து இரண் டாம் டயோனியஸ் என்கிற இளைஞர் அரியணையில் அமர்ந்தார். பிரதமராக நீடித்த ப்ளேட்டோவின் சீடர் டையோன் புதிய மன்னருக்கு ஆசானாக ப்ளேட்டோ நியமிக்கப்பட்டால், அந்தத் தத்துவ மேதையின் 'லட்சிய மன்னர்' என்கிற தத்துவம் நிஜமாக மலரக் கூடும் என்று நினைத்து ப்ளேட் டோவுக்கு அழைப்பு விடுத்தார். ஆனால், அந்த லட்சியம் நிறை வேறாமல் போனது துரதிருஷ்டம்.

28

ப்ளேட்டோவுடன்
அரிஸ்டாட்டில்

தத்துவ விசாரணைகளிலும், விவாதங்களிலும் மூழ்கிய மன்னர் டயோனியஸால் நிர்வாகத்தில் உடனடி முடிவுகள் எதுவுமே எடுக்க முடியவில்லை. எப்போதும் சிந்தனையிலாழ்ந்திருந்த அவரால் களேபரமான அவசரப் பிரச்னைகளைத் தீர்க்க முடியவில்லை. மொத்தத்தில் நிர்வாகமே ஸ்தம்பித்துப் போனது என்று கூடச் சொல்லலாம்! தத்துவ அறிவு வேறு, ஆட்சி செய்யும் புத்திசாலித்தனம் வேறு என்பது நிரூபணமாகியது.

ப்ளேட்டோ எதிர்பார்த்த லட்சியத் தலைவனாக அந்த இளம் அரசரால் உருவாக முடியவில்லையென்பதற்காக, ப்ளேட்டோ வின் அடிப்படைக் குறிக்கோளை குறைசொல்ல முடியாது தான்! இருப்பினும் ப்ளோட்டோவின் செல்வாக்கு அதற்குப் பிறகு அங்கே சற்று அடிபட்டுப் போக, வருத்தத்துடன் கி.மு.361-ல் ஏதென்ஸ் திரும்பினார் அந்த அறிஞர்.

ஏதென்ஸில் ப்ளேட்டோவின் முக்கிய சீடர்களான அரிஸ்டாட்டில் போன்றவர்களின் கீழ் அகாடமி தொடர்ந்து சிறப்பாக இயங்கி வந்தது. மீண்டும் அங்கு வந்து சேர்ந்த ப்ளேட்டோ, தொடர்ந்து பல தத்துவ நூல்கள் எழுதினார். சீடர்களுடன் விவாதங்கள் புரிந்தார். கி.மு. 348-ல் ப்ளேட்டோ என்கிற அந்த மாபெரும் தத்துவ மேதை மறைந்தபோது அவரது வயது எண்பது!

ஏதென்ஸில் ப்ளேட்டோ தொடங்கிய 'அகாடமியில்' மாணவ ராகச் சேர்ந்தபோது அரிஸ்டாட்டில் வயது பதினெட்டு. ப்ளேட்டோவிடம் தத்துவம் படித்துத் தேர்ந்து 'சிறந்த மாணவர்' பட்டத்தைப் பெற்ற அரிஸ்டாட்டில் அங்கேயே தொடர்ந்து ஆசிரியராகவும் பணிபுரிந்தார்.

கி.மு. 348-ல் ப்ளேட்டோ இறந்த பிறகு அவருடைய மருமகன் ப்யூஸிப்பஸ், அகாடமியின் தலைமைப் பொறுப்பை ஏற்றார். ப்யூஸிப்பஸ் கணிதமேதை. தத்துவத்துக்கும் கணிதத்துக்கும் உள்ள தொடர்பு பற்றிய ஆராய்ச்சிகளுக்கு மட்டுமே அவர் அதீத முக்கியத்துவம் தந்ததால், சற்று வெறுத்துப்போன அரிஸ்டாட் டில் அகாடமியிலிருந்து வெளியேற முடிவு செய்ய, அப்போது தான் வந்தது அந்தக் கடிதம்!

'தங்களுக்கு என் மரியாதை கலந்த வந்தனம். எனக்கு மகன் பிறந்திருக்கிறான். மகன் பிறந்ததற்காக நான் மகிழ்ச்சியடை வதைவிட தாங்கள் எங்கள் மத்தியில் வாழும்போது அவன் பிறந்ததற்காக இறைவனுக்கு நான் நன்றி சொல்ல வேண்டும்.

உங்களிடம் அவன் மாணவனாகச் சேர்ந்து கற்றுத் தேர்ந்தால்தான் அரியணையில் அமருவதற்கான முழுத் தகுதியை அவன் பெறுவான் என்பது என் நம்பிக்கை. தாங்கள் மனமுவந்து என் ராஜ்ஜியத்துக்கு வருகை தர வேண்டும்.'

கடிதத்தை எழுதியவர் மாஸிடோனியாவின் மன்னர் பிலிப். அவருக்குப் பிறந்த அந்த மகன் - மாவீரன் அலெக்ஸாந்தர்!

பிலிப்பின் பிரத்தியேக அழைப்பை ஏற்று மாஸிடோனியா சென்று அலெக்ஸாந்தரை மாணவராக ஏற்றுக்கொண்டபோது, ப்ளேட்டோவின் வயது முப்பது.

கி.மு. 384-ல் பிறந்த அரிஸ்டாட்டில் குடும்பத்தில் பலர் மருத்துவர் கள். அவர் தந்தை நைகோமேகஸ் ஏற்கெனவே மாஸிடோனிய தர்பாரில் பிலிப்பின் தந்தையிடம் தலைமை மருத்துவராகப் பணி புரிந்தவர். அரிஸ்டாட்டில் அங்கு சென்றவுடன் மாஸிடோனியா வின் மன்னர் அவரை அரண்மனையில் தங்கச் சொன்னார். அதைப் பணிவுடன் மறுத்த அரிஸ்டாட்டில், ப்ளேட்டோ ஸ்டைலில் ஊருக்கு வெளியே ஒரு அகாடமி அமைத்துக் கொண்டார்.

அலெக்ஸாந்தரும் தினமும் அந்த ஸ்கூலுக்குப் போக வேண்டி வந்தது. அரச குடும்பத்தில் பிறந்தாலும் அலெக்ஸாந்தர் 'பர்ஸ்ட் ரேங்க்' வாங்கும் அளவுக்குச் சிறந்த மாணவராகத் திகழ்ந்தது குறிப்பிடத்தக்கது!

வகுப்பில் ஒருநாள் மாணவர்களைப் பார்த்து, 'சந்தர்ப்பச் சூழ்நிலை காரணமாக நீங்கள் மன்னராகி அரியணையில் அமர நேர்ந்தால் எப்படி ஆட்சி செய்வீர்கள்?' என்று அரிஸ்டாட்டில் கேட்க, பல மாணவர்கள் 'பிரச்னைகள் ஏற்படும் போதெல்லாம் எங்கள் ஆசிரியரான உங்களுடைய அறிவுரையைக் கேட்போம்' என்று பதிலளித்தார்கள். அலெக்ஸாந்தர் மட்டுமே எழுந்து நின்று, 'அப்படிச் சொல்ல முடியாது. நாளைக்கு நான் எப்படிச் செயல்படுவேன் என்பது அப்போதைய சூழ்நிலையைப் பொறுத்துத்தான் அமையும். நாட்டின் தேவைக்கேற்ப சிந்தித்து முடிவு செய்வேன். அதற்கான அறிவுத்திறனை தாங்கள் எனக்கு அளித்தாகிவிட்டது' என்று பதில் சொல்ல, இதை மன்னர் பிலிப்பிடம் பிறகு சொல்லி பெருமிதப்பட்டார் அரிஸ்டாட்டில்.

பிலிப் இறந்து, ஆட்சிப் பொறுப்பை அலெக்ஸாந்தர் ஏற்ற பிறகும், அலெக்ஸாந்தர் ஆசிரியரை மறக்கவில்லை. 'பயாலிஜி'

ஆராய்ச்சிகளில் அரிஸ்டாட்டில் ஈடுபட்டபோது அலெக்ஸாந்தர் அவருக்கு உதவியாக (பறவைகள், மீன் வகைகள், மற்ற உயிரினங்களைச் சேகரித்துத் தர) ஆயிரம் பணியாளர்களை அனுப்பினார்! அரிஸ்டாடிலால் வாங்க முடியாத விலையுயர்ந்த புத்தகங்களை வாங்கி, ஆசிரியரின் அகாடமிக்குத் தொடர்ந்து அனுப்பினார் அலெக்ஸாந்தர்.

'என் பிறப்புக்காக என் தந்தைக்கு நான் நன்றி சொல்வேன். சிறந்த மனிதனாக நான் வளர்ந்ததற்கு அரிஸ்டாடிலுக்குத்தான் கடமைப் பட்டிருக்கிறேன்!' என்று ஒருமுறை அலெக்ஸாந்தர் குறிப் பிட்டது உண்டு!

இந்தியாவுக்கு அலெக்ஸாந்தர் படையெடுத்து வந்தபோது, அரிஸ்டாட்டில் ஏதென்ஸ் திரும்பி அங்கே லைஸியம் என்றொரு கல்லூரியை ஆரம்பித்தார். இத்தாலியில் உள்ள பல ராஜ்ஜி யங்களிலிருந்து இளைஞர்கள் அங்கு வந்து அவரிடம் பாடம் கற்றனர்.

இந்தியாவிலிருந்து திரும்பும் வழியில் அலெக்ஸாந்தர் மரண மடைந்த செய்தி அரிஸ்டாடிலை இடியெனத் தாக்கியது. அலெக்ஸாந்தரின் வாளுக்குக் கீழே வாலைச் சுருட்டிக் கொண்டிருந்த பல ராஜ்ஜியங்களுக்குக் குளிர்விட்டுப் போனது. ஏதென்ஸ் மக்களும் அலெக்ஸாந்தரின் ஆசிரியர் என்கிற காரணத்தால் அரிஸ்டாடிலை மரியாதைக்குறைவாக நடத்தி னார்கள்.

ஏதென்ஸின் 'ஜனநாயக' அரசு எது வேண்டுமானாலும் செய்யும் என்று ஊகித்த அரிஸ்டாட்டில், சாக்ரடீஸ் பாணியில் விஷக் கோப்பையை கையிலேந்தத் தயாராக இல்லை!

ஊரைவிட்டு வெளியேறிய அந்தத் தத்துவஞானி சால்ஸீஸ் என்கிற தீவில் தங்கி - தத்துவம், ஆட்சியமைப்பு, பௌதிகம், உடற்கூறு, வாழ்க்கை முறை பற்றியெல்லாம் ஏராளமான புத்தகங்கள் எழுதினார்.

'அவர் கையிலேந்தியிருந்த அறிவுச் சுடர் என்கிற தீப்பந்தம் அகில உலகத்துக்கே ஒளி தந்தது!' என்று பிற்காலத்தில் ஜான்ட்ரைடன் என்னும் ஆங்கிலேயப் பெரும் கவிஞரால் குறிப்பிடப்பட்ட அந்தத் தத்துவமேதை கி.மு. 322-ல் காலமானார்.

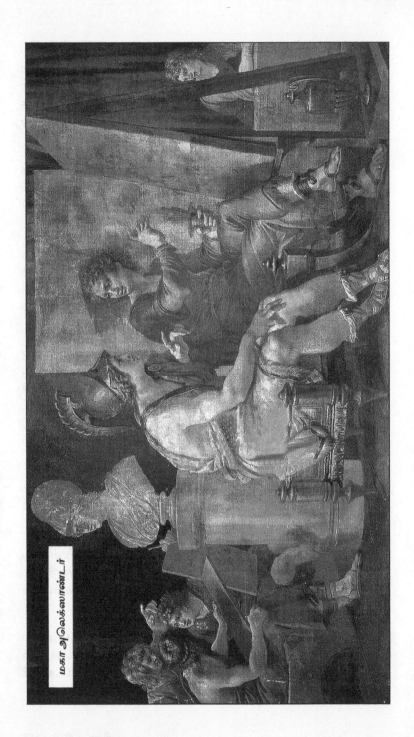

மகா அலெக்ஸாண்டர்

இழந்த பெருமை!

ஜனநாயக ஆட்சியைத் துவக்கி வைத்து தனி மனிதச் சுதந்தரத்தை முழங்கிய நாடு ஏதென்ஸ் என்றாலும் ஒரு விஷயத்தில் அந்த நாடு பிற் போக்குத்தனமாக நடந்துகொண்டது. ஆமாம்! இரண்டாயிரத்து ஐந்நூறு ஆண்டுகளுக்கு முன்பு, ஏதென்ஸில் மக்களாட்சி நடந்தாலும் 'மக்கள்' என்கிற வார்த்தை ஆண்களை மட்டுமே குறித்தது! பெண்கள் மிகவும் பாது காப்பாகவும், கட்டுப்பெட்டித்தனமாக வும் வளர்க்கப்பட்டார்கள். ஏதென்ஸ் வீதிகளில் பெண்களைப் பார்க்க முடி யாது! பெண்களும் குழந்தைகளும் வீடு களின் பின்கட்டுகளில்தான் தங்கி யிருக்க வேண்டும். உறவினர்களைப் பார்க்கச் செல்லும்போது மட்டும் நாலைந்து பேராக, அதுவும் மெல்லிய அங்கியால் (பர்தா அணிவது போல) முகத்தை மறைத்துக்கொண்டுதான் போக முடியும்! கூடவே ஒரு ஆண் மகனை வேறு துணைக்கு அனுப்ப வேண்டும்! ஷாப்பிங் பொறுப்பு முழு வதையும் ஆண்களே ஏற்றுக்கொண் டார்கள். வசதியானவர்கள் அடிமை களை கடைகளுக்கு அனுப்பி னார்கள்!

29

தனி மனிதச் சுதந்தரத்தை பெருமிதத்துடன் முழங்கிய ஏதென்ஸ், அந்த நாட்டுப் பெண்களுக்கு அந்தச் சுதந்திரத்தை ஏனோ தரவில்லை!

பெண்களும் பதினைந்து வயதிலேயே திருமணம் செய்து வைக்கப்பட்டனர். ஆணின் திருமண வயது முப்பது. பொதுவாக ஏதென்ஸில் கணவன்-மனைவி உறவு மிக முக்கியமாகக் கருதப்படவில்லை. ஆறு வயதானவுடனே ஆண்கள் பின்கட்டுப் பகுதியை விட்டு வெளியேறி ஆண் உலகத்துக்குள் பிரவேசித் தார்கள். அதற்குப் பிறகு வாழ்நாள் முழுவதும் அவர்கள் பழகுவது சக ஆண்களோடுதான்!

அதனாலோ என்னவோ, ஏதென்ஸில் அந்தக் காலத்தில் 'ஹோமோ செக்ஸ்' உறவுகள் அதீதமாக நிலவியது. அதுகுறித்து யாருமே புருவம் உயர்த்தியதில்லை. இன்னும் கேட்டால் 'ஹோமோ செக்ஸ்' உறவு இல்லாத ஆண்களை சற்று இளக்கார மாக கிரேக்க சமுதாயம் பார்த்தது என்று கூடச் சொல்லலாம். பெண்களின் கல்விக்கு எந்தவொரு முக்கியத்துவமும் இல்லா மல் போனதால் 'இன்டெலக்சுவல் நட்பு' ஓரினத்தில் (ஆண்களுக் கிடையேதான்) இருக்க முடியும் என்று ஏதென்ஸ் சமுதாயம் கருதியது. கி.மு. நான்காம் நூற்றாண்டில் வாழ்ந்த 'பேச்சுக் கலையின் தந்தை' என்று வர்ணிக்கப்படும் டெமஸ்தினீஸ் கூட 'மகிழ்ச்சிக்கு விலை மாதர்கள், காதலுக்கு நண்பன், குழந்தைக் காக மனைவி!' என்று உரையில் குறிப்பிட்டிருக்கிறார்.

ஜனவரி 15-லிருந்து பிப்ரவரி 15-க்குள் திருமணங்களை நடத்து வது ஏதென்ஸ் மக்களின் சம்பிரதாயம். பெண்களைப் பெற்றவர் வரதட்சனை கொடுக்க வேண்டும். திருமண நாளன்று அதிகாலை யில் மாப்பிள்ளைத் தோழனும், மணமகளின் தோழியும் ஊருக்கு வெளியே இருந்த காலீரோ என்கிற ஓடையிலிருந்து நீர் கொண்டு வருவார்கள். அதில் குளித்துவிட்டு பிறகு வசதிக்கேற்ப ஒரு மாடு அல்லது ஆடு பலி கொடுத்த பிறகு, திருமணம் நிகழும். உடனே இருதரப்பினரும் ஒன்றாக அமர்ந்து மகிழ்ச்சியோடு விருந் துண்ணுவார்கள். அன்று இரவு முதலிரவு! மணப்பெண்ணை அவளுடைய தோழிகள் பாடிக்கொண்டே படுக்கையறைக்கு அழைத்துச் செல்ல, பிறகு மணமகனை அவனுடைய நண்பர்கள் உள்ளே தள்ளி கதவை மூடுவார்கள். இரவு முழுவதும் அந்த அறைக்கு வெளியே நண்பர்கள் தங்கியாக வேண்டும். அவர்கள் குடித்துக்கொண்டும் செக்ஸியாக பாடிக்கொண்டும் காத்திருப்

பார்கள். மணமகன் வெளியே வந்து 'முடிந்து விட்டது' என்று உரக்கச் சொல்வதும் ஒரு சம்பிரதாயம்!

பெண்கள் குழந்தை பெறுவதற்கு மட்டுமே பயன்படுத்தப்பட வேண்டும் என்பது அறிவாற்றல் மிகுந்த ஒரு சமுதாயத்தில் எப்படி ஏற்றுக்கொள்ளப்பட்டது என்பது வியப்பான விஷயம் தான்!

ஏதீனிய இளைஞர்கள் கதையே வேறு. அவர்கள் கண்ணும் கருத்துமாகக் கவனித்து வளர்க்கப்பட்டார்கள். விளையாட்டு, ஈட்டி எறிதல், குத்துச்சண்டை என்று ஒவ்வொரு இளைஞனும் எதிரிகளிடமிருந்து தாய்நாட்டைக் காப்பாற்றுவதற்காக மாவீர னாக வளர்க்கப்பட்டான்!

ஏதென்ஸ் அரசு தூய வெள்ளியில் நாணயங்கள் தயாரித்தது. அந்த வெள்ளி நாணயங்கள் இந்தியாவில் கூட செல்லுபடியானது குறிப்பிடத்தக்கது! அந்த அளவுக்கு கிரேக்கத்துக்கும் இந்தியா வுக்கும் இடையே வணிகத்தொடர்பு இருந்தது - குறிப்பாக தமிழ்நாட்டுடன்!

கி.மு. 404, பிப்ரவரி மாதம் ஸ்பார்ட்டாவுடன் நடந்த போரிலிருந்து ஏதென்ஸின் வீழ்ச்சி ஆரம்பித்ததாகச் சொல்ல லாம். அந்த ஆண்டு ஏப்ரல் மாதம் ஏதென்ஸ், போரில் தோற்று ஸ்பார்ட்டாவிடம் மண்டியிட நேர்ந்தது. ஏதென்ஸ் நாட்டின் வெளிப்புற கோட்டைச் சுவர்களைக்கூட இடிக்கச் சொல்லி ஸ்பார்ட்டா அவமானப்படுத்தியது. ஏதென்ஸின் கப்பல்களைக் கூட ஸ்பார்ட்டா நஷ்டஈடாக தள்ளிக்கொண்டு போனது.

கி.மு. 350-களில் அலெக்ஸாந்தரின் வாள்வீச்சுக்கு எதிராக எந்த நாடுமே நிமிர்ந்து நிற்க முடியவில்லை. ஏற்கெனவே வலுவிழந்திருந்த ஏதென்ஸ் பற்றிச் சொல்ல வேண்டுமா!

அதற்குப் பிறகு ஏதென்ஸ் மிச்சமிருந்த செல்வாக்குகளையும் இழந்து 'சிறந்த கல்லூரிகள் உள்ள நகரம்' என்று மட்டும் பெயரெடுத்தது.

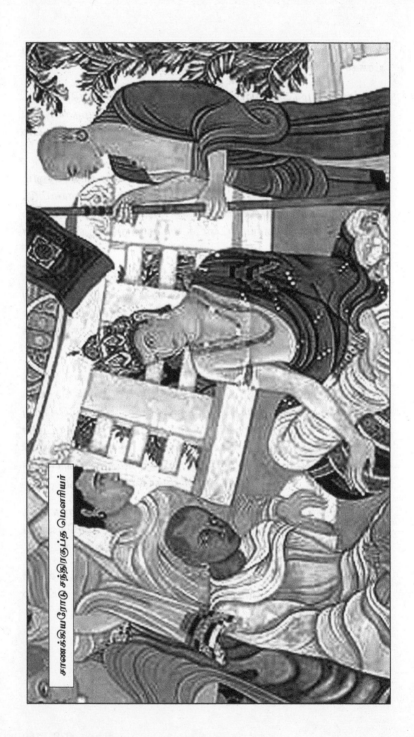

சாணக்கியரோடு சந்திரகுப்த மௌரியர்

இந்தியா-முதல் சாம்ராஜ்ஜியம்

கி.மு. 323-ல் இந்தியாவில்இருந்து பெரும் படையோடு ஊர்திரும்பும் போது, வழியில் அந்த மாவீரன் மர்ம மான முறையில் (சிலர் மலேரியா என்கிறார்கள்) மரணமடைந்ததைத் தொடர்ந்து அலெக்ஸாந்தரின் தளபதி கள் கவலையோடு கலந்தாலோசித் தார்கள்!

இந்தியாவின் வட எல்லை வரை பரந்து விரிந்துவிட்ட கிரேக்க சாம்ராஜ்ஜி யத்தைப் பாதுகாக்க, அலெக்ஸாந்தரின் வலுவான கரங்கள் தற்போது இல்லா மல் போனதால், அலெக்ஸாந்தரிடம் மண்டியிட்ட ஒவ்வொரு நாட்டுக்கும் கவர்னர் ஒருவரை நியமிக்க முடிவு செய்தார்கள் தளபதிகள்! சியா, கண்டஹார், சைப்ரஸ், ரஷ்யாவின் தென்பகுதி, ஹிந்துகுஷ், பஞ்சாப்... என்று ஒவ்வொரு ராஜ்ஜியத்தையும் நிர்வகிக்க ஒரு தளபதி படையோடு அனுப்பப்பட்டார். அலெக்ஸாந்தரின் மனைவி ரோக்ஸானாவின் தந்தை ஆக்ஸியார்டிஸ் காபூல் ராஜ்ஜியத்துக்கு பிரதிநிதியாகச் சென்றார். சிந்து நதியைச் சார்ந்த ராஜ்ஜியங்களைப் பாதுகாக்க அலெக்ஸாந்தரின் பிரதான

30

தளபதிகளில் ஒருவரான பைதோன் வந்து சேர்ந்தார். அதற்குள், அலெக்ஸாந்தர் இறந்த செய்தி வடஇந்திய ராஜ்ஜியங்களில் மின்ன லெனப் பரவியிருந்தது. இந்திய அரசர்களுக்கு அந்த விநாடியில் குளிர் விட்டுப்போனது! தட்சசீலத்தின் மன்னர் ஆம்பியும், அலெக்ஸாந்தருடன் நேருக்கு நேர் மோதி கிரேக்க மன்னரையே வியப்பிலாழ்த்திய பஞ்சாப் மன்னன் போரஸூம், 'கிரேக்கர்களே வெளியேறுங்கள்!' என்கிற கோஷத்தை முழங்கத் தொடங்கி னார்கள்.

இடைகளில் இருந்த வாட்கள் அருகே அவர்களின் கரங்கள் துறு துறுத்தது கண்ட கிரேக்க கவர்னர்களும், தளபதிகளும் சற்று கவலையிலாழ்ந்து, 'இங்கே இந்திய மன்னர்கள் படைகளை அணி வகுத்து நம்மோடு மோதத் தயாராகிறார்கள். தற்போதைய சூழ் நிலையில், நம்மிடம் பெரும் படை இல்லாததால் அவர்களை வழிக்குக் கொண்டுவருவது அவ்வளவு சுலபமாக இருக்குமென்று தோன்றவில்லை!' என்று மாஸிடோனியாவுக்கு தகவல் அனுப்பி னார்கள்!

போர்ச்சூடு அதிகமாகி வரும் வேளையில் பஞ்சாப் ராஜ்ஜியத்தில் பிலிப்போஸ் என்கிற முக்கியத் தளபதியை வழிமறித்து சில வீரர்கள் கொலை செய்தது கிரேக்கர்களின் கலக்கத்தை அதிகப் படுத்தியது. கிரேக்கப் படையில் பணிபுரிந்த சில இந்திய வீரர் களின் சதி அது என்று கூட தளபதிகள் சந்தேகப்பட்டார்கள்.

தட்சசீலத்தின் மன்னர் ஆம்பி! அவருடன் கூட்டாகச் சேர்ந்து ஆட்சிப் பொறுப்பைக் கவனிக்க, யூடெமோஸ் என்கிற கிரேக்கத் தளபதி மாஸிடோனிய மேலிடத்தால் அமர்த்தப்பட ஆம்பி மீது நம்பிக்கை வராமல் அலைக்கழிந்த யூடெமோஸ் சதித்திட்டம் தீட்டினார். ஓரிஸாவில் ஆம்பியின் படுக்கை அறைக்குள் உருவிய வாட்களோடு மெய்க்காப்பாளர்கள் சூழ, திடும் பிரவேசம் செய்த யூடெமோஸ் மன்னரைத் தீர்த்துக்கட்டினார்.

இந்தக் கொலைபாதகம் நிகழ்ந்தது கி.மு. 317-ல் (சில வரலாற்று ஆசிரியர்கள் அவர் வஞ்சகமாகக் கொன்றது போரஸ் மன்னரை என்கிறார்கள்.) இந்தக் கொலை நிகழ்ச்சியைத் தொடர்ந்து வெளிப்படையாகவே வாட்களை வட இந்திய மன்னர்கள் தீட்டத் தொடங்கினார்கள்.

இதற்கிடையே மாற்றுக் கருத்துகள் கொண்ட கிரேக்க கவர்னர் களுக்கிடையே மோதல் ஏற்பட, அலெக்ஸாந்தரின் இரும்புக்

கரங்கள் வெகுவாகவே கழன்று போனதால், ஆங்காங்கே இந்திய மன்னர்கள் அந்நிய ஆதிக்கத்தை எதிர்த்து தாக்குதல்கள் நிகழ்த்தி னார்கள். கொலைகார யூடெமோஸ் வட மேற்குப் பகுதிக்கு தப்பித்து ஓடினார். அச்சமயத்தில்தான், தங்கள் ராஜ்ஜியத்தை நெருங்கிய ஒரு கிரேக்கப் படையை, மகதம் என்கிற ராஜ்ஜியத்தை ஆண்டுவந்த ஒரு இளம்வீரர் துவம்சம் செய்து எல்லா மன்னர்களின் கவனத்தையும் கவர்ந்தார். அவருடைய பெயர் சந்திரகுப்தர்.

மகதம் என்று அழைக்கப்பட்ட பிகார் மாநிலத்தில், பாடலிபுத்தி ரத்தை (பாட்னா) தலைநகராகக் கொண்டு ஆட்சி புரிந்த சந்திர குப்தர், பிராமண குலத்தைச் சேர்ந்த ராஜகுருவான சாணக்கியர் என்பவரின் சீடர் - அரிஸ்டாடிலுக்கு அலெக்ஸாந்தர் போல!

சாணக்கியரின் துல்லியமான திட்டங்களைப் பின்பற்றிய சந்திரகுப்தர் பிரும்மாண்டமான படையுடன் 'சுற்றுலா' கிளம்பி அத்தனை அண்டை நாட்டு மன்னர்களுக்கும் கிலியேற்படுத்தி னார். இருபத்து நான்காண்டுகள் ஆட்சி புரிந்த சந்திரகுப்தர் காலத் தில், வட இந்தியா முழுவதையும் அவருடைய படை கபளீகரம் செய்தது உண்மை!

மௌரிய சாம்ராஜ்ஜியத்தை நிறுவிய சந்திரகுப்தரைப் பற்றிய நுணுக்கமான தகவல்கள் நம்மிடையே இல்லையென்றாலும், இந்தியாவின் முதற்பெரும் சக்கரவர்த்தி அவரே என்று வரலாற்று ஆசிரியர்கள் ஒருமனதாக ஒப்புக் கொள்கிறார்கள். எடுத்த எடுப்பில் சந்திரகுப்தரின் இந்தியப் படை கிரேக்கர்களை நெருக்கித் தள்ளி வெளியேற்றினாலும், நிலைமை தொடர்ந்து சற்றுக் கலவரமாகவே நீடித்தது...

'அலெக்ஸாந்தரின் கைப்பிடியிலிருந்து இந்திய ராஜ்ஜியங்கள் கழன்று கொண்டது கிரேக்கர்களுக்கு நிச்சயம் அவமானத்தை ஏற்படுத்தியிருக்கும். ஆகவே, நாம் தொடர்ந்து தயார் நிலையில் இருக்கவேண்டும்!' என்று சாணக்கியர் எச்சரித்ததை கவனமாகக் கேட்டுக்கொண்டார் சந்திரகுப்தர். சாணக்கியர் சொன்னது போலவே திடீரென சோதனை தலை நீட்டியது!

அலெக்ஸாந்தரின் முதன்மைத் தளபதியான ஸெல்யூகஸ் நிகேடார் ஒரு பெரும் படையுடன் இந்திய மன்னர்களுக்குப் பாடம் புகட்டக் கிளம்பிய செய்தி சந்திரகுப்தருக்குப் போய்ச் சேர்ந்தது.

மௌரியர் காலச் சிற்பங்கள்

யுத்த சத்தம்!

இந்தியாவின் முதற்பெரும் மௌரிய சக்கரவர்த்தியான சந்திரகுப்தர் மட்டும் பேராண்மையுடன் வாள் உயர்த்தி போர் முழக்கம் செய்யாமலிருந்தால், கிரேக்க மன்னர் ஸெல்யூகஸ் தலைமையில் ஒரு பெரும்படை வட இந்தியாவை கபளீகரம் செய்திருக்கும்! அதாவது, ஆங்கிலேயர் ஆதிக்கத்துக்கு இருபது நூற்றாண்டுகளுக்கு முன்பே இந்தியா ஒரு 'கிரேக்கக் காலனி'யாக மாறியிருக்கும்! நல்லகாலமாக நடந்தது வேறு!

அலெக்ஸாந்தரைப் போலவே சிந்துச் நதியைப் பெரும் படையுடன் கடந்து வந்த ஸெல்யூகஸுக்கு அதிர்ச்சி காத்திருந்தது. அரசல் புரசலாக கேள்விப் பட்டிருந்தாலும் இப்படி ஒரு தனிப் பெரும் மன்னன், திடீரெனக் கிளம்பி தன்னோடு போருக்குத் தயாராகக் காத்திருப்பான் என்று ஸெல்யூகஸ் சற்றும் எதிர்பார்க்கவில்லை! ஆறு லட்சம் வீரர்கள் அடங்கிய காலாட் படை, முப்பதினாயிரம் வீரர்கள் கொண்ட குதிரைப்படை, சுமார் பத்தாயிரம் யானைகளோடு, ஒரு பெருங் கடலைப் போல சந்திரகுப்தர் தலை

31

மையில் இந்திய வீரர்கள் கிரேக்கப் படையை நேர்கொண்ட பார்வையோடு எதிர்த்து நின்றார்கள்.

இந்திய- கிரேக்க யுத்தம் எங்கு நிகழ்ந்தது, எத்தனை நாட்கள் நீடித்தது போன்ற தகவல்கள் இன்றுவரை கிடைக்கவில்லை. ஆனால் ஒன்று நிச்சயம்! சந்திரகுப்தர் போரில் பெரும் வெற்றியடைந்தார் என்று கல்வெட்டுகளும், கிரேக்க வரலாற்று நூல்களும் உறுதி செய்கின்றன. பண்டைய ரோமானிய வரலாற்று ஆசிரியர் ஜஸ்டின், 'யுத்தம் முழுவதும் யானைமீது அமர்ந்தே சந்திரகுப்தர் அனாயாசமாகப் போரிட்டதாக'க் குறிப்பிடுகிறார்!

போரில் தோல்வியடைந்த ஸெல்யூகஸ் கிரேக்க ஆட்சியின் கீழ் நிர்வகிக்கப்பட்டு வந்த காபூல், ஹெராட், கண்டஹார், பலூசிஸ் தான் - ஆக மொத்தம் ஆப்கனிஸ்தானையே முழுசாக சந்திர குப்தருக்குத் தரவேண்டி வந்தது. கி.மு. *303*-ல் இருவருக் கிடையே ஏற்பட்ட ஒப்பந்தத்தின் கீழ் சந்திரகுப்தரின் ஆளுமையை கிரேக்கர்கள் முழுவதுமாக ஏற்றுக்கொள்வதோடு மட்டுமல்லாமல் ஸெல்யூகஸ் தன் மகளையும் சந்திரகுப்தருக்கு மணம் செய்வித்தார் *(மகள் அல்ல, கிரேக்க அரச குடும்பத்தைச் சேர்ந்த ஒரு பெண் அவள் என்று சில கிரேக்க வரலாற்று ஆசிரியர்கள் குறிப்பிடுகிறார்கள்.)*

மொத்தத்தில், பாரசிக எல்லையிலிருந்து, கிழக்கே வங்காள விரிகுடாக் கடல் வரை இந்திய சாம்ராஜ்ஜியத்தை விஸ்தரித்த முதற்பெரும் மன்னர் சந்திரகுப்த மௌரியர் என்பதில் சந்தேகமில்லை!

இரண்டாண்டுகள் கழித்து ஸெல்யூகஸ் நட்புணர்வு கருதி மெகஸ்தனீஸ் என்னும் தூதவரை பாடலிபுத்திரத்துக்குப் பரிசுகளோடு அனுப்ப, சில ஆண்டுகள் மகத சாம்ராஜ்ஜியத்தின் விருந்தினராகத் தங்கி சந்திரகுப்தரைப் பற்றியும் குடிமக்களைப் பற்றியும் விஸ்தாரமான 'பயணக் கட்டுரை' ஒன்றும் எழுதினார் மெகஸ்தனீஸ்! அந்த நூல் பிற்பாடு தொலைந்துவிட்டது வருத்தமான விஷயம் என்றாலும், நல்ல காலமாக அவரது புத்தகத்திலிருந்து பல பகுதிகளை வேறு பல நூலாசிரியர்கள் மேற்கோள்கள் காட்டியதால் பல தகவல்கள் நமக்குக் கிடைத்திருக்கின்றன!

(ப்ளூடார்க் எழுதிய அலெக்ஸாந்தரின் வாழ்க்கை வரலாற்றில் கூட மௌரிய சக்கரவர்த்தியைப் பற்றிய குறிப்புகள் உண்டு)

மெகஸ்தனீஸ், இந்தியாவுக்கு வந்து சேர்ந்தவுடன் மகத ராஜ்ஜியத்தின் தலைநகரைப் பார்த்து (இன்றைய பாட்னா!) பிரமித்துப் போன உண்மை! சக்கரவர்த்தியின் மேற்பார்வையில் நாடு முழுவதும் கச்சிதமான முறையில் ஆட்சி நடந்ததாகவும் தலைநகரில் நான்கு லட்சம் மக்கள் வாழ்ந்ததாகவும் பிரும்மாண்டமான அரண்மனையில் சக்கரவர்த்தி வசித்ததாகவும் அந்த கிரேக்கத் தூதுவர் குறிப்பிடுகிறார். தலைநகரில் கட்டப்பட்ட உயர்ந்த கோட்டைக்குள் நுழைய ஏராளமான பாதுகாப்புடன் அறுபத்திநான்கு பெரும் வாயில்கள் இருந்தன. அறுநூறு அடி அகல அகழியைத் தாண்டித்தான் கோட்டைக்குள் நுழைய முடியும்.

சக்கரவர்த்தியின் அரண்மனையை தேக்கு மரத்தினால் செய்யப் பட்ட ஏராளமான தூண்கள் தாங்கின. தங்க முலாம் பூசப்பட்ட அந்தத் தூண்களின் மேற்பகுதியில் தங்கத்தினாலும் வெள்ளியி னாலும் கலைநுணுக்கத்துடன் பறவைகள், பூக்கள் என வேலைப்பாடுகள் காணப்பட்டன.

யானைகளும், குதிரை வீரர்களும் முன்னணியில் கம்பீரமாகச் செல்ல சக்கரவர்த்தி தங்கப்பல்லக்கில் அமர்ந்து சென்றார். தங்க நூலிழைகளினால் 'எம்ப்ராய்டரி' செய்யப்பட்ட மஸ்லின் ஆடையை அணிந்தார் மன்னர். விழாக்காலங்களில் உப்பரிகை யில் அமர்ந்து 'ஸ்டேடியத்தில்' யானையும் யானையும் மோதிக் கொள்வதையும், அதேபோல எருதுச் சண்டை நீர்யானைச் சண்டை போன்ற விளையாட்டுகளையும் ரசித்தார். மக்களும் மைதானத்தைச் சுற்றி காலரிகளில் அமர்ந்து ஆரவாரம் செய்தனர். வேட்டையாடுவதும் மன்னரின் முக்கிய பொழுதுபோக்காக இருந்தது. மெகஸ்தனீஸ் ஆச்சரியப்பட்ட இன்னொரு விஷயம் - சக்கரவர்த்தியின் மெய்க்காவலர்களாக (கமாண்டோ!) பெண்கள் தான் நியமிக்கப்பட்டனர்!

பல்வேறு போர்ப் பயிற்சிகள் பெற்று எந்தவொரு திடீர் ஆபத்திலிருந்தும் மன்னரைக் காப்பாற்றும் வேகமும், விசுவாசமும் பெண்களிடம் அதிகம் இருக்குமென சந்திரகுப்தர் கருதியதாக மெகஸ்தனீஸ் கூறுகிறார்.

நாட்டுப் பிரச்னை என்றால் நாள் முழுவதும் தர்பாரில் அமர்ந்து ஆழ்ந்த சிந்தனையோடு அமைச்சர்களுடன் ஆலோசனை செய்து,

பிரச்னைக்குத் தீர்வுகண்ட பிறகே 'டாய்லட்' சென்றார் மன்னர் என்று பிரமிப்பதும் மெகஸ்தனீஸே!

ஒவ்வொரு புத்தாண்டிலும் நாடெங்கிலிருந்தும் பிராமண தத்துவஞானிகள் அரசவைக்கு மன்னரால் அழைக்கப்பட்டனர். மக்களுக்கு ஏற்படும் பிரச்னைகள் பற்றியும், தர்மத்தைப் பற்றியும் அந்த அறிஞர்கள் அரசருக்கு எடுத்துக்கூற வாய்ப்பு தரப்பட்டது! சிறந்த ஆலோசனைகளுக்குப் பொன்னும் பொருளும் பரிசாகவும் தரப்பட்டது!

சந்திரகுப்தரின் பிறப்பைப் பற்றிப் பல கருத்து வேறுபாடுகள் உண்டு!

நந்தர்களின் ஆட்சியை வேரோடு அழிக்க சாணக்கியர் போட்ட சபதத்தைத் தொடர்ந்துதான் மௌரியர்களின் ஆட்சி தொடங்கியது என்கிறது வரலாறு! நந்தர்கள் தாழ்த்தப்பட்டவர்கள் என்பதால் பல க்ஷத்திரிய மன்னர்களுக்கு மனப்புகைச்சல் இருந்திருக்கக்கூடும்! (சந்திரகுப்தரும் தாய் வழியில் தாழ்த்தப் பட்டவர்தான் என்றும் நந்த மன்னருக்கும், சந்திரகுப்தருக்கும் இடையே நிகழ்ந்தது பங்காளிச் சண்டையே என்றும் சில நூலாசிரியர்கள் கூறுகிறார்கள்.)

இவர்களின் கருத்துப்படி, ராஜவம்சத்தில் பிறந்த சந்திரகுப்தரின் தந்தை 'மௌரா' என்னும் தாழ்த்தப்பட்ட பெண்ணிடம் காதல் வயப்பட, அவர்களுக்குப் பிறந்தவர்தான் சந்திரகுப்தர் என்றும் 'மௌரா' என்கிற பெயரிலிருந்துதான் 'மௌரிய' என்பது வந்தது என்றும் சொல்லப்படுகிறது.

கோசல மன்னரான விது தேவரின் கொடுங்கோல் ஆட்சியிலிருந்து தப்பித்த க்ஷத்திரிய இனத்தைச் சேர்ந்த மக்கள் இமயமலைச் சாரலையொட்டிய பகுதியில் புகலிடம் தேடினார்கள். அங்கே ஏராளமான மயூராக்கள் (அதாவது, மயில்கள்!) இருந்தன. ஆகவே, அந்த இனத்தினருக்கு மோரியாக்கள் என்ற பெயர் வந்து, பிற்பாடு மௌரியர்கள் என்று ஆனது என்பதும் வேறு சில வரலாற்று ஆசிரியர்களின் கருந்து! அவர்கள் தங்கிய ஊர் பிறகு மௌரிய (மயில்) நகரம் என்று அழைக்கப்பட்டதாகவும், பிற்பாடு அசோகச் சக்கரவர்த்தி எழுப்பிய ஸ்தூபிகளிலும், கல்வெட்டுகளிலும் மயில் சிற்பங்கள் முக்கியமான இடத்தைப் பெற்றிருப்பதையும் ஆய்வாளர்கள்

சிலர் சுட்டிக் காட்டுகிறார்கள் (இப்போதும் இந்தியாவின் தேசியப் பறவை - மயில்!)

பவுத்தர்களின் பண்டைய நூல்களில் சந்திரகுப்தரின் பெற்றோர் பற்றி விரிவாகச் சொல்லப்படுகிறது. அவரது தந்தை எல்லைப் போர் ஒன்றில் உயிரிழந்ததாகவும், குழந்தை சந்திரகுப்தரும் விதவைத் தாயும் எதிரிகளிடமிருந்து தப்பி, பாடலிபுத்திரத்துக்கு ஓடியதாகவும் தகவல் ஒன்று உண்டு! பிறகு நடந்ததுதான் அதிசயம்!

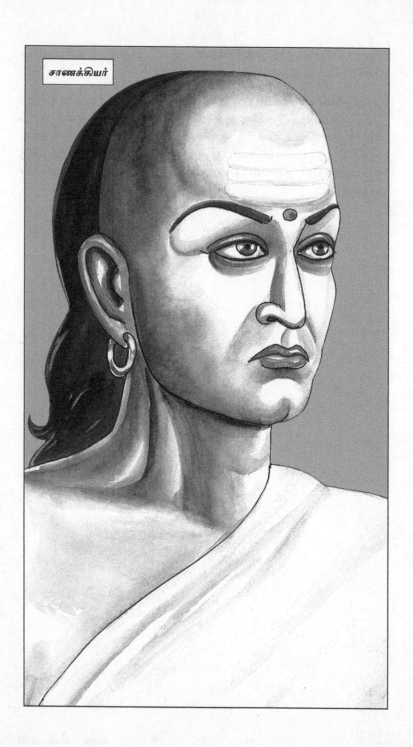

சாணக்கியர்

'பூண்டோடு அழிப்போன்!'

அந்தக் காலத்தில் பாடலிபுத்தி ரம்'புஷ்பபுரம்' என்றும் இந்திய மக்க ளால் அழைக்கப்பட்டது. கணவர் கொல்லப்பட்ட பிறகு சந்திரகுப்தரின் தாய் தப்பித்துச் சென்றது அந்த ஊருக்குத்தான். எதிர்காலத்தில் மகன் நிலைநாட்டப் போகும் சாம்ராஜ்ஜி யத்தின் தலைநகரமாக பாடலிபுத்திரம் புகழ்பெறப் போவது முன்கூட்டியே அந்தத் தாய்க்குத் தெரிந்திருக்குமோ!

குழந்தை பிறந்த உடனே அதற்கு ஆபத்து வரக்கூடாது என்று எண்ணி இடையர் குலத்தைச் சேர்ந்த ஒருவரிடம் ஒப்படைத்தாள் அந்தத் தாய். துறுதுறுவென்றிருந்த அந்தக் குழந் தையை பிறகு வேடுவர் குலத்தைச் சேர்ந்த ஒருவர் வாங்கியதாகக் கூறப் படுகிறது.

ஒருநாள் சிறுவன் சந்திரகுப்தன், கிரா மத்தில் மற்ற சிறுவர்களோடு 'ராஜா விளையாட்டு' விளையாடிக் கொண் டிருந்தான். அப்போது அந்த வழியே வந்து கொண்டிருந்த ஒரு பிராமணரின் கவனம் அந்தச் சிறுவன்மீது விழுந் தது. அந்தப் பிராமணர் சாணக்கியர்!

32

சிறுவர்கள் அப்போது தமாஷாக ஒரு நாடகம் போட்டுக் கொண்டிருந்தார்கள். 'நான்தான் ராஜாவாக நடிப்பேன்!' என்று அடம் பிடித்தான் அந்தச் சிறுவன்.

சிறுவர்களின் நாடகம்தான் என்றாலும் ஆரம்பித்த கொஞ்ச நேரத்திலேயே, ஒதுங்கி நின்று கவனித்துக்கொண்டிருந்த சாணக்கியரின் கண்கள் அகல விரிந்தன. ஒரு நிஜ அரசரின் வசீகரமும் கம்பீரமும் மிடுக்கும் சந்திரகுப்தனிடம் இருந்ததைக் கண்டு வியந்துபோன சாணக்கியர், சிறுவனின் தந்தையை தேடிக் கண்டுபிடித்து 'உங்கள் பையனை என்னோடு அனுப்புங்கள். அவனுக்கு நல்ல கல்வியைக் கற்றுத் தந்து சிறந்த முறையில் வளர்க்கிறேன்' என்று வற்புறுத்தினார்.

ஏதோ, கடன் தொல்லையிலிருந்த அந்த வளர்ப்புத் தந்தை 'எவ்வளவு பணம் தருவீர்கள்?' என்று கேட்க, கையிலிருந்த ஆயிரம் பொற்காசுகளையும் அவரிடம் தந்து சந்திரகுப்தனை விலைக்கு வாங்கினார் சாணக்கியர்!

பிறகு, சந்திரகுப்தனைத் தன் சொந்த ஊரான தட்சசீலத்துக்கு அழைத்துச் சென்று அங்கே எட்டாண்டுகள் கல்வி மற்றும் போர்ப் பயிற்சியும் தந்து மாவீரனாக வளர்த்தார் சாணக்கியர். இந்தியா மீது படையெடுத்த அலெக்ஸாந்தர், தட்சசீலத்துக்கு விஜயம் செய்தபோது தெருவின் இருபுறமும் அந்த கிரேக்க வீரனைப் பார்க்க ஆயிரக்கணக்கில் மக்கள் கூடினார்கள். சந்திரகுப்தரும் ஒரு மண்டபத்தின் மீது ஏறி நின்று குதிரையில் கம்பீரமாக அமர்ந்து வந்த அலெக்ஸாந்தரை ஆச்சரியத்துடன் பார்த்ததாக ஒரு தகவல் உண்டு. சாணக்கியரின் இதயத்தில் கொஞ்சகாலமாகக் கனன்று கொண்டிருந்தது ஒரு தீ! பாடலி புத்திரத்தில் அமர்ந்து ஆட்சிபுரிந்து வந்த நந்த வம்சத்தை அடியோடு அழிக்கவேண்டும் என்று ஒவ்வொரு விநாடியும் சாணக்கியருக்கு நினைவூட்டிக் கொண்டிருந்த தீ அது! அந்தக் கோபத்துக்குப் பின்னணி உண்டு!

தட்சசீலத்திலிருந்து பாடலிபுத்திரத்துக்கு வந்த சாணக்கியரின் (கௌடில்யர்) அறிவாற்றலைக் கண்ட மன்னர் தனநந்தர், தன்னுடைய தன சாலைக்கு (நிதி இலாகா!) பொறுப்பாளராக அவரை நியமித்தார். போகப் போக சாணக்கியரை மன்னருக்குப் பிடிக்காமல் போயிற்று. சற்றே கர்வமான சாணக்கியரின் அணுகு முறையும் காரணமாக இருக்கலாம்.

நிதி விஷயத்தில் ஏதோ சிறு தவறு நிகழ்ந்ததைச் சாக்காக வைத்து அரசவையில் எல்லோர் முன்னிலையிலும் சாணக்கியரை மன்னர் அவமானப்படுத்த - சாணக்கியரும் சற்று அகம்பாவத்துடன் பதில் சொல்ல, மன்னருக்குக் கோபம் தலைக்கேறியது.

சாணக்கியருக்கு மரண தண்டனை விதித்தார் நந்தர். சிறையில் அடைக்கப்பட்ட சாணக்கியர் ஒரு சந்நியாசி போல சடாமுடி வேஷம் தரித்து நாட்டை விட்டுத் தப்பித்து வெளியேறினார். தனக்கு நடந்த அந்த அவமானத்தை அவரால் மறக்க முடிய வில்லை. 'உன்னுடைய நந்த வம்சத்தை பூண்டோடு அழிப் பேன்!' என்று மன்னருக்குத் தகவல் அனுப்பினார். 'வாளைக் கூடத் தூக்கத் தெரியாத ஒரு பிராமணரின் திமிர்ப்பேச்சு' என்று நந்த மன்னர் அந்த எச்சரிக்கைக் கடிதத்தைத் தூக்கி குப்பைத் தொட்டியில் எறிந்தது தவறாகப் போய்விட்டது!

சந்திரகுப்தரை வளர்த்து பெரும் வீரராக உருவாக்கிய சாணக் கியர் ஹிமாசல மற்றும் பஞ்சாப் ராஜ்ஜியங்களின் மன்னர்களைச் சந்தித்துப் பேசி, சந்திரகுப்தருடன் கூட்டணி அமைக்க ஏற்பாடு கள் செய்தார். போர் மூண்டது!

நந்த மன்னருடன் நடந்த யுத்தத்தில் லட்சக்கணக்கான வீரர்களும் பத்தாயிரம் யானைகளும், பல்லாயிரக்கணக்கான குதிரை வீரர் களும் கொல்லப்பட்டதாக ஒரு பௌத்த நூல் தெரிவிக்கிறது. சாணக்கியர் அமைதியடைந்தது, நந்த வம்சம் பூண்டோடு அழிந்த பிறகுதான்!

பிறகு சந்திரகுப்த மௌரியரின் மகத சாம்ராஜ்ஜியம் தெற்கே கர்நாடகம் வரை பரந்து விரிந்தது. தன் கடைசிக் காலத்தை சந்திரகுப்தர், கர்நாடகத்தில் ஸ்ரவணபெல்கோலாவில் கழித்த தாகவும், அவர் இறந்தது மைசூருக்கு அருகில் என்றும் சமண நூல் ஒன்று தெரிவிக்கிறது! அசோகர் ஒரு கல்வெட்டில் 'தன் அண்டை மன்னர்கள்' என்று சோழர்களையும், பாண்டியர்களை யும் குறிப்பிடுகிறார். ஆகவே, கர்நாடகம் மௌரிய சாம்ராஜ்ஜி யத்தின் ஒரு பகுதியாக இருந்திருக்க வேண்டும் என்று பல நூலாசிரியர்கள் கூறுகிறார்கள்.

சில பழம்பெரும் சங்க நூல்களில் மௌரியர்கள் படையொன்று திருநெல்வேலி வரை வந்து போனதாகத் தகவல் உண்டு! எப்படி யிருப்பினும், அந்நிய ஆதிக்கத்தை முறியடித்து ஒரு மாபெரும்

இந்திய சாம்ராஜ்ஜியத்தை நிறுவிய முதல் சக்கரவர்த்தி சந்திர குப்தரே! சந்திரகுப்தரின் இருபத்திநான்கு ஆண்டுகால ஆட்சிக்குப் பிறகு அவருடைய மகன் பிந்துசாரர் (முழுப்பெயர் பிந்துசார அமிர்தகதா) கி.மு.298-ல் ஆட்சிக்கு வந்து இருபத் தைந்து ஆண்டுகள் ஆட்சிபுரிந்தார். அவரைப்பற்றிய தகவல்கள் மிகச் சொற்பமாகவே நமக்குக் கிடைத்திருக்கின்றன.

அவருடைய ஆட்சிக்காலத்தில் சிரியாவை ஆண்டு வந்த ஸெல்யூகஸ் நிகேடார் இந்தியாவுக்கு டெமாச்சோஸ் என்னும் தூதுவரை, பரிசுகளுடன் அனுப்பிய தகவல் ஒன்று உண்டு. கி.மு. 280-ம் ஆண்டில் ஸெல்யூகஸ் நிகேடார் மர்மமான முறையில் கொலை செய்யப்பட்டார்.

சில மாதங்கள் சிரியாவில் கலவரமான சூழ்நிலை நீடித்த பிறகு, ஸெல்யூக்கஸின் மகன் ஆன்டியோகஸ் அரியணை ஏறினார். அவர் பட்டம் சூட்டிக்கொண்ட பிறகு செய்த முதல் காரியம் 'நமது நாடுகளுக்கிடையே உள்ள நட்புணர்வு நீடிக்கவேண்டும்' என்கிற கடிதத்துடன் பிந்துசாரரின் அரசவைக்கு ஒரு தூதுவரை அனுப்பி யதுதான். பிந்துசாரரும் சிரிய (கிரேக்க) மன்னருக்கு வாழ்த்துச் செய்தியும், பரிசுகளையும் அனுப்பினார்.

கிரேக்க தூதரைத் தொடர்ந்து டாலமி ஆட்சி செய்து கொண்டிருந்த எகிப்திலிருந்தும் டயோனிஸியோஸ் என்னும் தூதுவர் பாடலி புத்திரத்துக்கு வருகை தந்தார். இப்படியாக மௌரிய ஆட்சியின் போது இந்தியாவைப் பெரும் வல்லரசாக அண்டை நாடுகள் ஏற்றுக்கொண்டு மிகுந்த மரியாதையுடன் நடத்தின!

பிந்துசாரரைத் தொடர்ந்து மகத சாம்ராஜ்ஜியத்தின் சிம்மாசனத் தில் அமர்ந்தவர்தான், பிற்பாடு உலகப்புகழ் பெற்ற அசோக வர்த்தனன் - சுருக்கமாக அசோகர்.

பிந்துசாரரின் மகனான அசோகர் அரியணையில் ஏறிய விதம் குறித்து சில வரலாற்று ஆசிரியர்கள் இகழ்ச்சியோடு தாக்கி எழுதியிருக்கிறார்கள். பிந்துசாரர் இறந்தது கி.மு. 273-ல். அதைத் தொடர்ந்து நான்காண்டுகள் கழித்துத்தான் அசோகர் மகத சாம்ராஜ்ஜித்தின் சக்கரவர்த்தியாக பட்டம் சூட்டிக்கொண்டார். அந்த விழாவை நான்காண்டுகள் தள்ளிப் போட்டதின் காரணம், அரண்மனையில் ரத்த ஆறு ஓடியதால்தான் என்று சில நூல்கள் குறிப்பிடுகின்றன. ஆனால் உண்மை என்ன?!

கொடுங்கோல் மன்னர் அசோகர்!

சந்திரகுப்த மௌரியரின் மகன் பிந்து சாரரின் மறைவுக்குப் பிறகு கி.மு. 273-ல் பட்டத்துக்கு வந்த அசோக வர்த்தனா(அசோகர்) மகத சக்கர வர்த்தியாக முடிசூட்டிக் கொண்டது கி.மு. 269-ல் தான். இந்த நாலாண்டு காலத் தாமதம்தான் வரலாற்று அறிஞர் களிடையே பல ஊகங்களுக்கும் கற் பனைகளுக்கும் இடம் கொடுத்து விட்டது!

பிற்காலத்தில் புத்த மதம் வெகுவாக வேரூன்றிய இலங்கையில், அசோகர் பெரிதும் உணர்ச்சிபூர்வமாக மதிக்கப் பட்டார். அங்கே சில வரலாற்றுப் புத்தகங்களிலும், பௌத்த மத நூல் களிலும் அசோகரின் ஆரம்பகால ஆட்சியைப் பற்றி விஸ்தாரமான 'தகவல்கள்' காணப்படுகின்றன. ஊகங் களின் அடிப்படையில் எழுதப்பட்ட அந்த வரலாற்றுக் குறிப்புகளில் காணா மல் போனது வரலாறு மட்டுமே!

பௌத்த மதத்தைச் சேர்ந்த சிங்கள வரலாற்று நூலாசிரியர்கள் அசோகரின் ஆரம்பகால வாழ்க்கையைப் பற்றி எழுதிய கற்பனை நாவல் என்ன சொல்கிறது?!

33

அசோகர்

அதாவது, பிந்துசாரர் மறைவுக்குப் பிறகு மிகக்கொடூரமான தொரு வாரிசுப் போட்டி நடந்ததாகவும் (பிந்துசாரருக்கு நிறைய மனைவிகளும், ஏராளமான மகன்களும் இருந்தனர்!), நாலாண்டு கள் நடந்த அந்த கோஷ்டிச் சண்டையின் விளைவாக அரண் மனையில் ரத்த ஆறு ஓடியதாகவும், கடைசியில் அந்த ரத்தத்தில் காலடிச் சுவடுகளைப் பதித்து அசோகர் அரியணை ஏறினார் என்பதும் சிங்கள ஆராய்ச்சியாளர்களின் கருத்து.

பிந்துசாரருக்கு(கௌரவர்கள் போல) நூறு மகன்கள் இருந்த தாகவும் தொண்ணூற்று எட்டு சகோதரர்களை அசோகர் வாள் முனையில் தீர்த்துக் கட்டிய பிறகுதான் அவரால் மகுடம் சூட்டிக் கொள்ள முடிந்தது என்றும் பௌத்த வரலாற்று நூல்கள் தெரிவிக்கின்றன! இலங்கையில் புத்த மதத்தைப் பரப்பிய ஒரு மன்னரைப் பற்றி இந்த ரீதியில் அவர்கள் எழுதக் காரணம் என்ன? அவர்களுடைய கோணம் வேறு!

அசோகர் பட்டத்துக்கு வந்தபோது சராசரியான 'இந்து ராஜா' வாகத்தான் இருந்தார் (மௌரியர்கள் சிவ வழிபாடு செய்ததாகக் கூறப்படுகிறது).

பிற்பாடு கலிங்கப் போருக்குப் பிறகே அவர் மனம் மாறி பௌத்த மதத்தில் சேர்ந்தார். அதாவது, சிறந்த பண்பாடுகளுடன் கூடிய மன்னராக அசோகர் மாறியது அதற்குப் பிறகுதான் என்று சொல்ல விரும்பிய சிங்கள வரலாற்று நூலாசிரியர்கள், 'அசோ கருக்கு மனமாற்றம் ஏற்படுவதற்கு முன்பு கொலைவெறி பிடித்த கொடுங்கோல் அரசராக இருந்தார்' என்று அதீத ஆர்வத்துடன் ஒரு கற்பனை கதையை வரலாற்றுக்குள் புகுத்தினார்கள்!

இதற்கு சரித்திரச் சான்றுகள் எதுவும் கிடையாது என்பதே உண்மை. தவிர, பிற்காலத்தில் கண்டுபிடிக்கப்பட்ட அசோகரின் பல கல்வெட்டுகளில் அவருடைய சகோதரர்கள் பற்றிய கனிவான குறிப்புகள் கண்டெடுக்கப்பட்டன. எப்படியெல்லாம் அவர்கள் பௌத்த மதத்தின் தூதுவர்களாக பல நாடுகளுக்குச் சென்று செவ்வனே செயல்பட்டார்கள் என்று அசோகரே பெருமிதத்துடன் பல கல்வெட்டுகளில் குறிப்பிடுகிறார்!

பொய்யான இடைச் செருகல்களுக்கெல்லாம் காரணம் - அசோ கரின் ஆரம்ப கால ஆட்சியைப் பற்றிய வரலாற்றுக் குறிப்புகள் மிகச் சொற்பமாகவே இருப்பதுதான்!

குறிப்பாக ஏன் அசோகர் அரியணையில் அமர்ந்து நாலாண்டுகள் கழித்தே பட்டாபிஷேகம் நடந்தது என்பதற்கான நிஜக் காரணம் இன்றுவரை தெரியவில்லை.

அவர் ஆட்சிக்கு வந்தபோது எந்தவித கலவரமான சூழ்நிலையும் மகத சாம்ராஜ்ஜியத்தில் இல்லை. சந்திரகுப்தர் நிறுவிச் சென்றது கச்சிதமான நிர்வாகத்துடன் கூடிய கட்டுக்கோப்பான ஓர் ஆட்சி.

ஆகவே அசோகர் பட்டம் சூட்டிக்கொண்டபோது எந்த ஓர் எதிர்ப்பும் வெடித்திருக்க வாய்ப்பில்லை.

ஓர் ஆச்சரியமான திகைப்பூட்டும் விஷயம் - கிறிஸ்து பிறந்து நூற்றாண்டுகள் வரையிலும் அசோகர் என்கிற மன்னர் இந்தியாவை ஆண்டார் என்பதே இந்தியர்களுக்குத் தெரியாது! ஒவ்வொன்றாகப் பிற்பாடு கண்டெடுக்கப்பட்ட அசோகரின் கல்வெட்டுகளில் அவர் பெயர் இல்லை! தேவனாம்பியா, பியதாஸி என்கிற அடைமொழிகள்தான் காணப்படுகின்றன. தேவனாம்பியா என்றால் 'தேவர்களின் பிரியத்துக்கு உகந்த' என்றும், 'பியதாஸி' என்றால் 'மகிமை பொருந்திய' என்றும் அர்த்தம்!

நேரடியாக மன்னரின் பெயர் குறிப்பிடாமல் போனதற்கு அசோகரே கூட ஒருவிதத்தில் காரணமாக இருந்திருக்கலாம் (பின்னே? கல்லின் மீது கட்டுரை எழுதிவிட்டு கீழே பெயரைப் போட்டுக்கொள்ளாவிட்டால் எப்படி?!) பிறகு அவருக்கே இது உறைத்திருக்க வேண்டும்!

மெல்ல மெல்ல 'தேவனாம்பியதாஸ அசோகர்' என்று அவருடைய முழுப்பெயருடன் கல்வெட்டுகள் தலைநீட்டி நம்மையெல்லாம் காப்பாற்றியது!

ஒரு கல்வெட்டு கி.மு. 269-ல் 'நெய் அபிஷேகம்' எல்லாம் நடத்தி பிரும்மாண்டமான யாகம் வளர்த்து அசோகரின் பட்டாபிஷேகம் நடந்ததாகத் தெரிவிக்கிறது.

அதைத் தொடர்ந்து அசோகர் மது, அந்தப்புரம், வேட்டை, விளையாட்டு எல்லாவற்றிலும் நாட்டம் செலுத்திய ஜாலியான சராசரி அரசராத்தான் ஆட்சியைத் தொடக்கினார் என்று கூறப்படுகிறது.

உடனடியாக பெரிய போர்களில் ஈடுபட வேண்டிய அவசியமும் மன்னருக்கு ஏற்படவில்லை. ஆப்கனிஸ்தான் முழுவதும் உட்பட்ட ஓர் அகண்ட இந்தியா மௌரியர்களின் கைப்பிடியில் இருந்தது.

தெற்கே சோழ நாடும் பாண்டிய நாடும் சுதந்திர தேசங்களாக இருந்ததை அசோகர் ஏற்றுக்கொண்டார்.

(அசோகச் சக்கரவர்த்தியிலிருந்து மொகலாயர்கள் வரை ஏனோ எவருமே தமிழ்நாட்டையும். கேரளா நாட்டையும் கைப்பற்று வதில் நாட்டம் செலுத்தவில்லை. அதனால்தான் என்னவோ ஆங்கிலேயர்கள் எடுத்த எடுப்பில் சென்னையிலிருந்து தங்கள் பிரவேசத்தைத் தொடங்கினார்களோ!)

ஆனால், ஒரே ஒரு நாடு மகத ராஜ்ஜியத்தில் இணையாமல் முரண்டு பிடித்தது. அது, மகாநதிக்கும் கோதாவரி நதிக்கும் இடையே, வங்காள விரிகுடாக் கடலையொட்டியிருந்த கலிங்க நாடு! (இன்றைய ஒரிஸ்ஸா!)

அசோகர் அரியணையில் அமர்ந்து பதின்மூன்றாண்டுகள் கழித்து (கி.மு. 261-ல்) மௌரியப் பெரும் படை கலிங்கத்தை நோக்கிப் புறப்பட்டது. கலிங்கத்துப் படை மௌரியப் படையை எதிர்த்து எல்லையில் நிற்க, நடந்தது ஒரு மாபெரும் கொடூரமான போர்! கிரேக்கர்களையே விரட்டியடித்த ராணுவம் அசோகருடையது. ஏராளமான வசதிகளும், போர்ப் பயிற்சியும் கொண்ட மௌரியப் படை கொஞ்ச காலமாகவே யுத்தங்களில் ஈடுபடாததால், கிடைத்த இந்த வாய்ப்பை நழுவவிடாமல் புகுந்து விளை யாடியது!

லட்சக்கணக்கானவர்கள் போரில் பலியானார்கள். 'சரண் அடைந்த ஒண்ணரை லட்சம் கலிங்கத்து வீரர்கள் கைது செய்யப் பட்டதாகவும், ஒரு லட்சம் வீரர்கள் கொல்லப்பட்டதாகவும்' அசோகரே ஒரு கல்வெட்டில் குறிப்பிடுகிறார். துவண்டுபோன கலிங்க நாடு மௌரிய மன்னரின் காலடியில் மண்டியிட்டது.

மயான பூமியாக மாறிய அந்தப் போர்களத்தைப் பார்வையிடச் சென்றபோதுதான் அசோகரின் மனத்துக்குள் தாங்கமுடியாத துக்கம் வந்து ஆக்ரமித்தது.

போரில் நிகழ்ந்த கொடுமைகளையும் அழிவையும் நேரில் கண்ட அசோகர் இடிந்து போய்விட்டார் என்பதற்கு ஒரு கல்வெட்டில் காணப்படும் சக்கரவர்த்தியின் பிரத்யேக விவரிப்பே சாட்சி!

அசோகர் அடியோடு மனம் மாறியது அந்தத் தருணத்தில்தான்!

கௌதம புத்தர்

கலங்க வைத்த கலிங்கப் போர்!

அசோகர், கலிங்கத்துப் போர் முடிந்த கையோடு பாடலிபுத்திரத்துக்குத் திரும்பியபோது அந்த நெடும் பயணத் தில் வெற்றிக் கொடிகள் பறந்தாலும் சக்கரவர்த்தியின் கண்கள் சோகத்துடன் வெறித்த வண்ணம் இருந்தன! யாரிட மும் அவர் கலகலப்பாகப் பேசாதது குறித்து அவரது பிரதான தளபதிகள் கவலையுற்றார்கள். தலைநகர் திரும் பிய உடனே இறுக்கமான முகத்துடன் மன்னர் 'டிக்டேட்' செய்ய, ஒரு கல் வெட்டு தயாரானது.

'பட்டாபிஷேகம் நடந்து எட்டாண்டு களுக்குப் பிறகு மகிமை பொருந்திய சக்கரவர்த்தி கலிங்க நாட்டை வெற்றி கொண்டுள்ளார். லட்சக்கணக்கான வீரர்கள் அப்போரில் கொல்லப் பட்டார்கள். மேலும், லட்சக்கணக் கான வீரர்கள் சிறை பிடிக்கப்பட்டார் கள். போர் என்பது நிகழும்போது எத்தனை கொலைவெறி தாண்டவ மாடுகிறது! இது தாங்கமுடியாத துக்கத் தையும் வருத்தத்தையும் மாட்சிமை தாங்கிய சக்கரவர்த்திக்த் தந்திருக் கிறது. இதுபோன்ற கொடுமை நூறில் ஒரு பங்கு. ஏன், ஆயிரத்தில் ஒரு பங்கு

34

மறுபடி நிகழ்ந்தாலும் சக்கரவர்த்தியால் அதைத் தாங்கிக்கொள்ள முடியாது. தர்மம், சமாதானம், அமைதி - இதுவே இனி மன்னரின் குறிக்கோளாக இருக்கும்' - இப்படியாக ஆரம்பிக் கிறது அசோகரின் கல்வெட்டு!

கலிங்கப் போர், அசோகர் மகுடம் சூட்டிக்கொண்ட பிறகு நிகழ்ந்த முதல் யுத்தமா என்பது பற்றி குறிப்புகள் எதுவும் இல்லை. ஆனால் சத்தியமாக அதுவே அவர் ஈடுபட்ட கடைசிப் போர்.

கி.மு. 261-ல் கலிங்கப் போர் நடந்தது. பிறகு மூன்று வருஷங் களுக்குள் அசோகர் புத்தமதக் கோட்பாடுகளைப் பின்பற்ற ஆரம்பித்தார். அதைத் தொடர்ந்து அசோகரின் கல்வெட்டுகள் ஏதோ கையெழுத்துப் பிரதிகள் போல 'காப்பி'யெடுக்கப்பட்டு இந்தியா முழுவதும் அன்பையும் தர்மத்தையும் பரப்பின.

கி.மு. 259-ல் அசோகர் 'விலங்குகளை வேட்டையாடுவதற்கு' தடை விதித்தார். வேட்டைக்குச் செல்லாத மன்னர்களே உலக வரலாற்றில் கிடையாது என்கிற நிலையில் அசோகரின் இந்த முடிவு சற்று சலசலப்பை ஏற்படுத்தியது. 'அப்படியென்றால் சக்கரவர்த்தி அரண்மனைக்குள்ளேயே முடங்கிக் கிடக்கப் போகிறாரா? என்கிற முணுமுணுப்புகள் எழுந்தன.

ஆனால் சக்கரவர்த்தியோ வேட்டைக்குப் பதிலாக கோலாகல மான விழாக்களையும், ஊர்வலங்களையும் தொடங்கி அதில் நேரடியாகக் கலந்துகொண்டார். அந்த ஊர்வலங்களில் பௌத்த மதப் பிரசாரங்களும், கதாகாலட்சேபங்களும், தர்மத்தைப் போதிக்கும் நாடகங்களும் நடந்தன!

அசோகர் தன் கல்வெட்டுகளுக்கு 1, 2, 3... என்று 'நம்பர்கள்' கொடுத்தார். இரண்டாம் கல்வெட்டிலேயே அவர் எழுதி வைத்தது இதுதான்!

'தந்தை தாய் இருவரையும் வணங்கி அவர்களின் அறிவுரையை குழந்தைகள் பின்பற்ற வேண்டும் என்பதே அரசரின் விருப்பம். உயிரினங்களிடம் அன்பு பாராட்ட வேண்டியது அவசியம். கொல்லாமை குடிமக்களின் முக்கியமான கடமைகளில் ஒன்று. எந்த விலங்கினத்தைக் கொல்வதும் குற்றம் என்று மன்னர் தெரிவிக்க விரும்புகிறார். உண்மை பேசுவதை எல்லோரும்

கடைப்பிடித்தல் அவசியம். ஆசிரியர்களிடம் மாணவர்கள் மிகப் பணிவுடன் நடந்துகொள்ளவேண்டும். வீடு தேடி வரும் விருந்தாளிகளை உபசரிக்காமல் இருப்பது மிகப்பெரிய தவறு...!'- அசோகரின் இந்தக் கருத்துகளை யார் ஆட்சேபிக்க முடியும்?

அசோகர் இறைவழிபாட்டில் ஈடுபட்டதாகத் தெரியவில்லை. அதேசமயம் 'கடவுள் இல்லை' என்கிற பிரசாரம் அவருடைய எந்தக் கல்வெட்டிலும் இல்லை. கௌதம புத்தரின் 'தர்மபாதம்' கூறும் முக்கியமான விஷயம் - மனிதன் தன் சுயமுயற்சிகளால் பாவச் செயல்களிலிருந்து விடுபட்டு, பண்புள்ள மனிதனாக மாறி பேரின்பத்தை அடையவேண்டும் என்பதே!

'நாமேதான் பாவச் செயல்களைச் செய்கிறோம். நாமே அதன் பலன்களையும், வலியையும் அனுபவிக்கிறோம். நாமேதான் இந்தத் தவறுகளைத் தவிர்த்து புனிதமாக மாற வேண்டும். பாவத்தின் விளைவுகளிலிருந்து யாரும் நம்மைக் காப்பாற்ற முடியாது. நாமேதான் நல்வழிப்பாதையில் நடக்க வேண்டும். புத்தர் வழிகாட்டுவார்!' அசோகர் திரும்பத்திரும்பச் சென்னது இதைத்தான்!

கி.மு. 257-ல் அசோகர் முழுமையாக புத்த மதத்தில் சேர்ந்து துறவியானார். ஒருவர் துறவியாகவும் மன்னராகவும் ஒரே சமயத்தில் இயங்க முடியுமா என்கிற கேள்வி எழுகிறது! ப்ளேட்டோ 'ஒரு தத்துவ அறிஞர்தான் அரசாள வேண்டும்' என்று எடுத்துச் சொன்னது பற்றி முன்னொரு அத்தியாயத்தில் குறிப் பிட்டிருந்தோம். ப்ளேட்டோ அதை நடைமுறைப்படுத்துவதில் தோல்வியடைந்தார். கிரேக்க மன்னர்களுக்கும், அந்த நாட்டு மக்களுக்கும் அதற்கான பக்குவம் இல்லாததே தோல்விக்குக் காரணம்.

ஆனால் இந்தியாவில் அது அசோகரால் வெற்றிகரமாகச் செயல்படுத்தப்பட்டதற்கு இந்திய மக்களின் மென்மையான மனப்பாங்கும் காரணம் என்பதில் சந்தேகமில்லை! அசோகரைப் பொறுத்தவைரயில் அரியணையில் அமரும்போது அரசனாகவும் மற்ற சமயங்களில் துறவியாகவும் சுலபமாகவே அவரால் இருக்க முடிந்தது. அதில் எந்தச் சிக்கலும் தர்மசங்கடமும் அவருக்கு நேர்ந்ததாகத் தெரியவில்லை. அரியணையில் அமர்ந்தபோதும் துறவிகளுக்கான உடையைத்தான் அவர்

அணிந்தார். ஆட்சி முறைதான் முக்கியம், அலங்காரம் அல்ல என்பதில் மன்னர் தெளிவாக இருந்தார்.

ஏழாம் நூற்றாண்டில் வசித்த ஐ-ஸிங் என்னும் எழுத்தாளரின் பயணக்கட்டுரையில் கி.பி. 502-லிருந்து 549 வரை சீனாவை ஆண்ட கௌஸுஹூடி என்னும் அரசர் அசோகரைப் பின்பற்றி அதே போல துறவியாக அரசாண்டார் என்று குறிப்பிடுகிறார்! ஒவ்வொரு நாளும் காலையில் மட்டும் உணவருந்தி, இரவில் விரதம் இருக்கும் அளவு எளிமையான வாழ்க்கையைக் கடைப் பிடித்தார் அந்தச் சீன அரசர். அதேசமயம் மிகச் சிறந்த மன்னராகவும் திகழ்ந்தார் என்கிறார் ஐ-ஸிங்.

பிற்பாடு இந்தியாவில் 12-ம் நூற்றாண்டில் குஜராத்தை ஆண்ட மன்னர் குமாரபாலாவும் சமண மதத்தைத் தழுவி 'துறவி மன்னராக' வெற்றிகரமாக அரசாண்டதுண்டு. ஆகவே ஏமாற்றத்துடன் இறந்த ப்ளேட்டோ, வானுலகத்திலிருந்து இதையெல்லாம் கண்டு நிம்மதிப் பெருமூச்சு விட்டிருக்க வேண்டும்.

கி.மு.249-ல் கௌதம புத்தர் அவதரித்த லும்பினிக்கும் (நேபாளம்) விஜயம் செய்தார் அசோகர். அந்தப் பயணமும் ஒரு கல்வெட்டில் பெருமிதத்துடன் விவரிக்கப்படுகிறது.

அடுத்ததாக, அசோகரின் ஆணையின் பேரில் பௌத்த மதக் கோட்பாடுகளைப் படித்துத் தேர்ந்த தூதுவர்கள் பல நாடு களுக்குச் சென்றார்கள். மேற்கு ஆசியா, கிழக்கு ஐரோப்பியா, வட ஆப்பிரிக்கா, கிரேக்கம், பர்மா, இலங்கை போன்ற பல நாடுகளுக்கு அசோகரின் தூதுவர்கள் பயணித்தார்கள்.

சுதந்திர நாடுகளாக இருந்த சோழ நாட்டுக்கும், பாண்டிய நாட்டுக்கும் விசேஷமான தூதுவர்கள் சென்று அரசர்களைச் சந்தித்தார்கள்! பிற்பாடு தாய்லாந்து, கம்போடியா, கொரியா, ஜப்பான், மங்கோலியா போன்ற நாடுகளிலும் பௌத்த மதம் பிரபலமானது!

கௌதம புத்தர் வாழ்ந்ததும் பிரசாரம் செய்ததும் 'மகதம்' என்கிற குறுகிய ஒரு நாட்டில் என்பதை நாம் நினைவில் கொள்ள வேண்டும். பாடலிபுரத்தின் சுற்றுப்பகுதிகளில் (இன்றைய பிகாரில் மட்டும் பரவியிருந்த புத்த மதம், ஒரு வழியாக முந்நூறு

ஆண்டுகளுக்குப் பிறகு உலகெங்கும் பரவியதற்கு அசோகச் சக்கரவர்த்தி என்கிற தனிமனிதரே காரணம் என்பதில் சந்தேகம் இல்லை!)

ஆகவேதான் கிறிஸ்து பிறப்பதற்குமுன், உலக வரலாற்றை ஜொலிக்கவைத்த மாமனிதர்களில் ஒருவர் அசோகச் சக்கரவர்த்தி என்பதை எல்லா வரலாற்று அறிஞர்களும் ஏகமனதாக ஒப்புக்கொள்கிறார்கள்!

கிறிஸ்து பிறந்தார்

புதிய மில்லினியம்!

அசோகரின் வாரிசுகளைப் பற்றிய தெளிவான தகவல்கள் எதுவும் கிடைக்கவில்லை. மஹேந்திரன் (மஹிந்தன்) அசோகரின் மகன் என்பது தவறான தகவல் என்று பல வரலாற்று நூல் ஆசிரியர்கள் குறிப்பிடுகிறார்கள். மஹிந்தன், அசோகரின் இளைய சகோதரர் என்று பிற்காலத்தில் கண்டெடுக்கப்பட்ட கல்வெட்டுகள் உறுதி செய்கின்றன. அசோகருக்குப் பிறகு பட்டத்துக்கு வந்தவர் அவருடைய பேரன் தசரதன் என்று மட்டும் தெரிகிறது. அசோகரின் இன்னொரு பேரன் சம்ப்ரதி, சமண மதத்தைத் தழுவி, 'சமண அசோகா' என்று புகழப்பட்டார்.

அசோகச் சக்கரவர்த்திக்கு நிறையவே மகன்களும் பேரப் பிள்ளைகளும் இருந்தார்கள். எனினும் சிலர் மட்டுமே கல்வெட்டுகளில் இடம் பெறுகிறார்கள்! சுமார் 135 ஆண்டுகள் நீடித்த மாபெரும் மௌரிய சாம்ராஜ்ஜியம் கி.மு. 188-ல் அழிந்து போனது. சுருங்கிப்போன மகத நாட்டை ஒரு குறுநில மன்னரைப் போல கடைசியாக ஆண்டவர் ப்ருஹத்ரதன்.

35

அந்த மன்னர், புஷ்யமித்ரசங்கா என்னும் பிரதம தளபதியால் வஞ்சகமாகக் கொலை செய்யப்பட்டதோடு, மௌரிய ஆட்சி முற்றுப் பெற்றது. இருப்பினும் அசோகச் சக்கரவர்த்தியின் பண்பட்ட ரத்தம், அவருடைய வாரிசுகளிடம் பல தலைமுறை களுக்கு ஓடியது!

ஓர் உதாரணம்-

கி.பி. 600-ல் வங்காள மன்னன் சசாங்கன் கயாவுக்குப் படை யெடுத்தபோது, புத்தர் தியானம் செய்து ஞானம் பெற்ற போதி மரத்தை வெட்டி வீழ்த்தினான். அப்போது மகத ராஜ்ஜியத்தில், மௌரிய வம்சத்தில் பிறந்து, எளிமையாக (மக்களால் அரசராக மதிக்கப்பட்டு) வாழ்ந்து வந்த பூர்ண வர்மன் கயாவுக்குப் பயணம் செய்து, போதி மரத்தை மீண்டும் துளிர்விடச் செய்துவிட்டுத் திரும்பினார்!

சிரியா, கிரேக்கம், ரோம், எகிப்து போன்ற நாடுகளுடன் பெரிய அளவில் வர்த்தகத் தொடர்பினை முதன்முதலில் ஏற்படுத்தியது மௌரியர்களே. பிற்காலத்தில் இந்தியக் கலாசாரம் கட்டடக் கலை போன்றவை 'விரிவடைய இந்தத் தொடர்புகள் வெகுவாக உதவின.

அப்போதே இந்திய வணிகர்கள் சிரியாவிலும் பாரசீகத்திலும் வியாபார ஏஜென்ஸிகளை நிறுவினார்கள். அதே எகிப்து நாடுகளிலிருந்து இந்தியாவுக்கு வந்து 'ஷாப்பிங்' செய்தார்கள் வணிகர்கள்!

இந்திய மன்னர்கள் கிரேக்க மெய்க்காப்பாளர்களை வைத்துக் கொள்வது அக்காலத்தில் 'ஃபாஷனாக'க் கருதப்பட்டது. குறிப்பாக, தமிழ்நாட்டில் கிரேக்கர்களின் நடமாட்டம் சற்று அதிகமாகவே இருந்தது. தமிழ் மண்ணில் அவர்கள் யவனர்கள் என்று அழைக்கப்பட்டனர். யவன வியாபாரிகள், போர் வீரர்கள் தவிர தமிழ்நாட்டில் மன்னர்களின் அந்தப்புரங்களை கிரேக்க அழகிகள் வேறு மேலும் அழகூட்டினார்கள்! இன்று நேபாள (கூர்க்கா) இரவுக் காவலர்கள் இருப்பதுபோல அந்தக் காலத்தில், இரவு நேரங்களில் சோழநாட்டு ராஜபாட்டைகளை கிரேக்கக் காவலர்கள் கையில் தீப்பந்தத்துடன் கண்காணித்தார்கள்!

அதேபோல, யானைகளைப் போர்க்களத்தில் பயன்படுத்துவது எப்படி என்று முதன்முறையாக கிரேக்கர்களுக்குச் சொல்லிக்

கொடுத்தவர் சந்திரகுப்த மௌரியரே! (ஸெல்யூகஸுக்கு ஐந்நூறு யானைகளை சந்திரகுப்தர் பரிசாக வேறு கொடுத்து அனுப்பினார்!)

புதிய மில்லினியம் தொடங்கிய கையோடு ரோம் சீரழிய ஆரம்பித்த காலகட்டம் அது. கொடுங்கோல் மன்னர்கள் அங்கே ஆட்டம் போட, ரோம் நாட்டு பணக்கார இளைஞர்கள் ஆடம்பர மாகவும், ஆர்ப்பாட்டமாகவும் வாழ்ந்தார்கள். இந்தியாவிலிருந் தும், சீனாவிலிருந்தும் இறக்குமதியான முத்துகள், வைடூரியங் கள், மஸ்லின் ஆடைகள், வாசனைத் திரவியங்கள், குங்குமப்பூ, சீனப்பட்டு, நெய்.. இவற்றுக்காகத் துடிப்போடு ரோமானியர்கள் காத்திருந்தார்கள்.

அப்போது ரோம் நாட்டிலிருந்து இந்தியாவுக்கு கப்பலில் வருவதற்கு நான்கு மாதங்கள் பிடித்தன. இந்தியாவுக்கு கப்பல்கள் போய் வருவதற்குள் ரோம் பொறுமையிழந்து தவித்தது!

ஒரு ரோமானிய நிதியமைச்சர், 'இந்தியர்கள் தங்கள் நாட்டில் வைக்கும் விலையைவிட நூறுமடங்கு அதிகமாக விலை வைத்து நமக்கு விற்கிறார்கள்' என்று ஒரு குறிப்பேட்டில் அங்கலாய்க்கி றார்!

தமிழ்நாட்டில் காவேரி நதிக்கரையிலும், மதுரையிலும் நிரந்தர மான கிரேக்கக் காலனிகளே இருந்தன!

தமிழ்நாட்டை ஆண்ட அரசர்களுக்கு தளபதிகளாக யவனர்கள் பணிபுரிந்தார்கள்! தமிழ்நாட்டின் பருத்தி, முத்துகளுக்கு ரோம் மற்றும் கிரேக்க நாடுகளில் ஏககிராக்கி இருந்தது. கேரள, தமிழக எல்லையில் அகஸ்டஸ் சீசருக்கு ஒரு கோயில்கூட இருந்தது ன்று வரலாற்றுக் குறிப்புகளில் இருக்கிறது. (அதை நம் தொல் பொருள் ஆராய்ச்சியாளர்கள் இன்னும் தேடிக்கொண்டிருக் கிறார்கள்!)

ரோம் சாம்ராஜ்ஜியம் வீழ்ந்தவுடன் இந்திய வர்த்தகமும் படுத்துவிட்டது வேறு விஷயம்!

கிறிஸ்து பிறந்து, முதலாம் நூற்றாண்டு பிறந்தது. அசோகருக்குப் பிறகு புதிய நூற்றாண்டில் கொடிகட்டிப் பறந்த மன்னர் கனிஷ்கர். ஒரு பக்கம் கிழக்கு ஆசியா முழுவதும் பௌத்த மதம்

விரிவாகப் பரவி தர்மத்தைப் போதிக்க, ஐரோப்பாவில் கிறிஸ்தவ மதம் கிளர்ந்தெழுந்த சமயம் அது.

புதிய மில்லினியத் தொடக்கத்தில் இந்தியாவில் கனிஷ்கர் ஆட்சியின் கீழ் பிரும்மாண்டமான கலாசார மறுமலர்ச்சி ஏற்பட்டது என்று சொல்லலாம். தொடர்ந்து இந்திய மன்னர்களே ஆண்ட பாரதநாடு, சில நூற்றாண்டுகளுக்குள் முழுமையாக அந்நிய ஆதிக்கத்தில் சிக்கிக்கொள்ளப் போவதை அப்போது வாழ்ந்த எந்த இந்தியரும் கற்பனை செய்திருக்க வாய்ப்பில்லை!

உதவிய நூல்கள்

The Dawn of Man - *Steve Parker*

The Rise of Mammals - *Michael Benton*

The Vedic People- *Rajesh Kochhar*

The celestial key to Vedas - *Siddharth*

Pre History (India) - *Irfan Habib*

Ancient Civilizations - *Timothy Roberts*

The Lessons of History - *Will and Ariel Durant*

Secrets of Indus Valley - *R.Rajagopalan*

Lands of the Nile - *Torstar Books*

Egypt under the Pharos - *Desmond Stewart*

The story of Philosophy - *Bryan Magee*

Short History of the World - *Geoffrey Blainey*

A History of India - *Romila Thapar*

India & World Civilization - *D.P.Singhal*

Asoka - *Vincent A.Smith*